પ્રભુ પધાર્યા

ઝવેરચંદ મેઘાણી

અ નુ ક્ર મ

નિવેદન

ખાતેની રાષ્ટ્રભાવનાથી અંકિત ઉચ્ચ આત્મસંસ્કારિતા, અને ત્યાંના બ્રહ્મી સંસારના સીધા સંબંધમાંથી ઉદભવેલી માનબુદ્ધિઃ એ બેઉનું મિશ્રણ મને નવાઈભર્યું લાગ્યું. તેમણે મને વાતાવરણ બાંધી આપ્યું, કેટલીક વિગતો પૂરી પાડી, પછી વાર્તાસૃષ્ટિ મેં ખડી કરી. મારા એ સહાયકોનાં નામ ઇરાદાપૂર્વક અહીં આપતો નથી,

તમામ પાત્રો કલ્પિત છે, વાર્તાની સંકલના કલ્પિત છે. છતાં આ કૃતિની પરિપૂર્ણ પીઠિક વાસ્તવનિષ્ઠ છે. વલણોનાં વહેણ સાચાં છે. પાછલાં પ્રકરણોમાં યુદ્ધકાળનું આલેખન જેમ દર વિગતે વફાદાર અહેવાલ ન હોવા છતાં એનું કલ્પનારૂપ તથ્યાવલંબી છે, તે જ વાત આખી વાર્તા પરત્વે સાચી સમજી લેવાની છે.

ગુર્જર-બ્રહ્મી આંતરલગ્નો, ઝેરબાદી પુરાણ, હુલ્લડો, ફુંગીઓને લગતી વાતો, બ્રહ્મીજનો પ્રત્યેની ધૂર્તતા વગેરે સાચાં છે. આઠ વાસાના બાળને સુવાવડી માતા, તેમજ પ્લેગનાં દરદી, મણિપુર-માર્ગને પાર કરીને જીવતાં હિંદ પહોંચી આવ્યાના કિસ્સા બન્યા છે. અને ગોરા સાહેબનું દુઃખગૌરવ પણ મેં બિલકુલ નિરાધાર નથી ગાયું; એવો કિસ્સો બનેલો છે.

આ લખાણ એકધારું કર્યું છે, અને એક સર્જક તરીકે મારી પ્રત્યેક કૃતિના સર્જન દરમ્યાન તેમ જ તે પછી જે સુખસંવેદન મને દેવી શારદાનો વરદ હસ્ત આપે છે, તે તેણે આ વેળા તો મૂઠી ભરીને નહીં પણ ખોબલે ભરીને આપ્યું છે. આ પુસ્તક મેં સંતોષનો ઘૂંટડો ભરીને સમાપ્ત કર્યું છે.

છતાં લોભી વાચક! તમે તો કહ્યા વગર રહેવાના જ નથી કે પછી શારદુ-રતુભાઈનો હસ્તમેળાપ કેમ ન કરાવ્યો? પેલી ભત્રીજી તારાનું શું? ને પાછળ મૂકેલ શિવને, મા-હલાને, નીમ્યાને, ઢો-સ્વેને કેમ લટકતાં જ મૂક્યાં? અરે, શામજી-શાંતિદાસની શેઠ-જોડલીને પહાડો વચ્ચે હજારો રૂપિયાની નોટો છતાં 'પાણી! પાણી!' કરતી તરફડી મરતી કેમ ન બતાવી? કારણ કે ભાઈ! અથવા બાઈ! હું વિશ્વનો વિધાતા નથી. અરે, ખુદ વિધાત્રીયે બાપડી આપણા જીવનના કેવા અણઘડ ઘાટ મૂકીને રફુ થઈ જાય છે!

રાણપુર: 11-6-1943

આ વારતાના વાચન પરથી, બ્રહ્મદેશમાં વસી આવેલા ગુર્જરભાઈઓનાં ખુદનાં જ હૃદયમાં ત્યાંના વસવાટનાં મધુર સ્મરણો જાગ્રત થયાં છે. એ પોષક ભૂમિને માટે ઊંડી

મમતા તેમ જ એના વિચ્છેદ માટે તીવ્ર મનોવ્યથા પેદા થઈ છે. તદ્ઉપરાંત, એ કેવળ સારાંમાઠાં સાધનો દ્વારા કમાણી કરવાનો જ દેશ નહોતો, પણ સંસ્કારદૃષ્ટિએ ઓળખવા જેવો, એને આત્મિક ભાવે ચાહવા-પૂજવા જેવો દેશ હતો એવું ભાન આ પુસ્તકના વાચને જન્માવ્યું છે. મારી વારતાના સાફલ્યનો સર્વોપરી સંતોષ હું આ કારણે જ લઈ રહ્યો છું.

બ્રહ્મદેશ રહી આવેલા સંખ્યાબંધ ભાઈઓએ પત્રો લખી લખી 'પ્રભુ પધાર્યા'નું આલેખન શુદ્ધ અને સત્યનિષ્ઠ હોવાનું જણાવ્યું છે. અને વધુ કંઈ નહીં તો છેવટે બ્રહ્મી ભાષાપ્રયોગોમાં રહી ગયેલા દોષોના પણ સુધારા મોકલી, ઝીણવટથી એ ભાષાની વ્યાકરણની-રચના પર પણ મારું લક્ષ દોરી, એ દેશની સંસ્કૃતિ પ્રત્યેનો પ્રેમ જાહેર કર્યો છે. એ સહુનો હું ઋણી છું, અને મૂળની ભાષાક્ષતિઓ મેં કાળજી રાખી સુધારી લીધી છે.

આ નિવેદન તો આટલેથી સમાપ્ત કર્યું હોત, પણ દરમિયાન એક સ્નેહીનું પત્તું આવ્યું તે થોડીક ઉમેરણને અનિવાર્ય બનાવે છે. પત્તામાં લખ્યું છે કે:

વડોદરા સાહિત્ય પરિષદમાંથી પાછાં ફરતાં મારે વીરમગામ સ્ટેશને બે કલાક રોકાવું પડેલું ત્યારે એક સહપ્રવાસી સાથે વાતચીત થતાં, તે બર્મામાંથી છેવટ છેવટમાં દેશમાં આવી પહોંચેલામાંના એક ભાઈ છે એમ જાણવામાં આવ્યું. તમારા 'પ્રભુ પધાર્યા'ની વાત નીકળી. એમણે એ પુસ્તક વખાણ્યું. એમાં વર્ણવી છે તેથી પણ વિશેષ મુશ્કેલીઓ એમને વેઠવી પડેલી એમ પણ એમણે કહ્યું. છેવટમાં એમણે એમ કહ્યું કે, આપણા દેશના ભાઈઓ બરમાઓને છેતરતા-લૂંટતા વગેરે જે ઉલ્લેખ થયો તે ઠીક નથી થયું. વાત સાચી હોવા છતાં, આપણા જ એક પ્રતિષ્ઠિત લેખક એ લખે છે એટલે સરકાર આજ સુધી જે વિધાન કરતી આવી છે તેને સમર્થન મળે છે. આથી આપણને નુક્સાન છે વગેરે. ભાષા આ જ ન હતી, આવા અર્થની હતી.

પરંતુ લખનાર સ્નેહીએ મને આથી આ પુસ્તકલેખન પાછળનું મારું દૃષ્ટિબિંદુ રજૂ કરવાની, તેમ જ એક કલાકારનો એકંદર સ્વધર્મ જનતા આગળ મૂકવાની તક પૂરી પાડી છે. કોઈ પણ કલાકારનો ધર્મ જેમને પોતે આલેખી રહેલ છે તે લોકોને માટે સરકાર શું ધારી લેશે - અને એમ ધાર્યા પછી એ લોકોને આર્થિક, રાજકારણી શી શી હાનિ પહોંચાડશે - એનો વિચાર કરવાનો કદાપિ હોઈ શકે નહીં. હિંદી તરીકે હિંદીવાનોની કે ગુજરાતી લેખે ગુજરાતીઓની સાચી ને ભયંકર એબો રાજદ્વારી કારણસર ઢાંકી છુપાવી રાખવાને કોઈ પણ કલાકારને કહેવું અથવા તેની પાસેથી એવી આશા સેવવી, એ - વધુ આકરી ભાષા તો નહીં વાપરું - સાહિત્ય અને કલાનાં કર્તવ્યો વિશેની ગેરસમજ સૂચવે છે, એ વાત બર્માવાસી હિંદવાન ભાઈઓને મારે કહેવી જોઈએ.

એથી ઊલટી દિશામાં જોઈએ તો, પારકી કે પોતાની, કોઈ પણ પ્રજાની એકલી નબળી બાજુઓને જ આલેખનાર સાહિત્યકાર બેશક પોતાનું કલુષિત માનસ દાખવે છે અને કલા નાપાક કરતો હોય છે. સાચી હોય તે છતાંયે નિજની કે પરની, હેતુપૂર્વક નરી બદબોઈ કરવાનો કસબ કલાદેવીને દ્વારે મંજૂર નથી; પછી ભલે એ કસબ ચાહે તેટલો મનમોહક અને ચોટદાર હોય.

'પ્રભુ પધાર્યા'ની કથા લખવા બેસતી વેળા મારી નજર સામે બ્રહ્મદેશની ઠગી, લૂંટી કે શોષી આવેલા ગુજરાતીઓ ચડ્યા નહોતા; એમને ઉઘાડા પાડવાની દૂર દૂરનીયે ઈચ્છા નહોતી; તેમ નહોતું મારી નજર સન્મુખ બ્રહ્મદેશીઓનું આપણા લોકોના શોષિત-પીડિતો લેખેનું નર્યું દયાજનક દૃશ્ય. એમના ઉપર કૃપા કરવા કે એમના દુર્ગુણોની વકીલાત કરવા મેં મારી કલમ નહોતી ઉપાડી. મારી સમક્ષ તો હિંદીવાનો અને બર્મી જનોના સામુદાયિક લોકસંપર્કનું એક નૌતમ દૃશ્ય રમતું હતું. એ એક એવી તસવીર હતી કે જેમાં રૂપ અને રેખાઓ હતાં, તેજ અને છાયા હતાં; ઉષા, સંધ્યા અને અંધારાભરી કે કૌમુદી-ઊજળી રાત્રિઓ હતી. એ સમગ્ર દૃશ્યે (નહીં કે એમાંના કોઈક એક છૂટક ટુકડાએ) મારા કૌતુકને ઉદ્દીપ્ત કર્યું અને મારામાં શુદ્ધ કલારસલક્ષી સંવેદન ઘોળ્યું. પછી મને પરવા નહોતી કે એમાંનો ક્યો વર્ગ કે કઈ વ્યક્તિ મારા આ સર્જન થકી આર્થિક અથવા રાજદ્વારી હિસાબે ક્યાં લાભાહાનિને પામવાનાં છે. સર્જકને તો જોવું એટલું જ હતું, કે એની કૃતિમાં એનું સંવેદન સત્યનિષ્ઠતાને ચૂક્યા વગર કોઈ એક સર્વમંગલકર આકૃતિનો ઉઠાવ કર્યે જાય છે કે નહીં.

આ હિસાબે મને મળેલો આત્મસંતોષ એકસો ટકાથી જરીકે ઊણો નથી રહ્યો, ને મારા વાચકગણની પણ મેં કશી દુર્ગતિ કરી નથી, તે વાતનો હવાલો સંખ્યાબંધ કાગળોએ આપેલ છે. ગુજરાતીઓના ઊજળા સંસ્કારોમાંથી એમનાં નબળાં તત્ત્વોને બાદ કરી વિલુપ્ત કરવાની ઠગવિદ્યા મેં વાપરી નથી, એ તો એક ગુજરાતી લેખે મારા ગૌરવની વાત છે.

રાણપુર: 3-2-1945

આ ત્રીજી આવૃત્તિની પ્રસિદ્ધિ વેળાએ વિશ્વયુદ્ધ નં. 2 ખતમ થયું છે અને વિશ્વયુદ્ધ ત્રીજાનું નેપથ્યવિધાન ચાલતું જણાય છે.

આ એક એવું ભયાનક, તથાપિ એવું મંગલ, વહાણું વાય છે કે જ્યારે પ્રજા-પ્રજા વચ્ચેની કેવળ આર્થિક, ઔદ્યોગિક અને રાજકારણી એકલક્ષિતા વડે ઉગાર કરવો હશે તો સાંસ્કારિક એકરૂપતાની સમજ અવલ દરજ્જે જરૂરી બનશે. ભારતીય અને બ્રહ્મદેશી

પ્રજાઓની વચ્ચે એવી સાંસ્કૃતિક તદ્રુપતાનું જેમાં સંવેદન છે એવી આ વાર્તા આપણાં ભારતીય ભાઈબહેનોનું, બ્રહ્મદેશ ખાતેના પુન:પ્રયાણ વખતે, આત્મિક ભાતું બનો; બર્મા જનારાં હિંદવાનોને પોતાની એ પોષક-પાલક ભૂ-માતા પ્રત્યે મમત્વ જન્મો, બ્રહ્મદેશી માનવતામાં ભારતીય માનવતાનું એકરસ સંમિશ્રણ બની રહો, એવી આ લેખકની આશિષો છે.

બોટાદ: 16-11-1945

તઘુલાનો ઉત્સવ

ડૉ. નૌતમ પોતાના ઘરની પરસાળ પરથી ઉલ્લાસભરી નજરે એ શહેરની રોનક નિહાળી રહ્યા હતા. એણે ઘરમાં હળવો સાદ કર્યો "હાથણી ! જલદી અહીં આવ !"

જવાબમાં અંદરનું દ્વાર ઉઘાડીને જે હાજર થઈ તે સાચે જ માનવ-હાથણી હતી. એ એની પત્ની હેમકુંવર હતી. એનો દેહ ભરાવદાર હતો. એના હાથ બે સૂંઢની શોભા આપતા હતા. પતિએ એને બાજુએ ઉભાડીને નીચેના માર્ગો-ગલીઓનું દૃશ્ય દેખાડ્યું. પાણી, રેલમછેલ નિર્મળ પાણી, સુગંધવતી પૃથ્વી, અને ત્રીજી આનંદપ્રેમી માનવ-પ્રજા. એ ત્રણેયની ત્યાં સહક્રીડા મચી ગઈ હતી.

આખા બ્રહ્મદેશમાં આજે 'તઘુલા'નો ઉત્સવ હતો. તઘુલા એટલે બેસતા વર્ષના પ્રથમ માસ ચૈત્રમાં વરુણદેવનું આવાહન-પર્વ. એ પર્વની જબાન છે પાણી. પ્રજા જળરૂપે પોકારી જળદેવને તેડાં કરે, 'ચ્વાબા, ફયા ! ચ્વાબા !' 'પધારો, દેવ ! પધારો.'

ગઈ કાલની સાંજ સુધી બિલકુલ ખાલી, ફૂલો વગર અડવાં લાગતાં પઢાઉ વૃક્ષો એકાએક જાણે રાતમાં કોઈ વનદેવતાએ મઢી દીધાં હોય તેમ પીળાં, નાનાં સુવાસિત પુષ્પોએ લૂંબઝૂંબ બની ગયાં હતાં. બે કરોડ મનુષ્યોએ નક્કી કરેલા એ ઉત્સવના જ પ્રભાતે પઢાઉ ફૂલો કોણે મહેરાવ્યાં હતાં, તે અકળ વાત હતી. વર્ષોવર્ષ માનવી અને પ્રકૃતિ વચ્ચે મેળ લેતો આ અગમ્ય સહકાર એ દેશનો સદાનો સંસ્કાર બની જતો.

ઘરઘરને આંગણે પાણીના દેગડા ગોઠવાયા છે. મ્યુનિસિપાલિટીની મગદૂર નહોતી કે ચૈત્ર માસની પાણીની તાણ વખતે પણ આ પર્વણીને માટે પાણી પૂરું પાડવાની ના પાડી શકે. ઘરની અંદરના નળોને બહારની દેગો સાથે નળીઓ જોડી દીધી છે. બાલદીઓ ભરી ભરીને બ્રહ્મી રમણીઓ વાટ જોતી ઊભી છે. પગનાં કાંડાંથી કમ્મર લગી લપેટેલી એક પણ કરચલી વગરની તસોતસ રંગબેરંગી રેશમી લુંગીઓ (આપણી કાઠિયાણી-આહીરાણીઓ પહેરે છે તે જીમી જેવી) તેમના સાગના સોટા સરખા દેહને દીપાવી રહી છે. મલમલની એંજી (આંગડી) નીચે તેમની સપાટ છાતીઓ ધબકે છે. લમણા અને કપાળ પરથી ઊંચા ઓળેલા વાળના સઢોંઉ (અંબોડા)ને તેમણે માથાની ટોચ પર છત્રી કે ટોપી આકારે વાળી લીધેલ છે. અને તેના ઉપર ગૂંથેલ છે નાનાં પીળાં પઢાઉનાં પુષ્પો. એવી છટા બ્રહ્મી સ્ત્રીઓ સિવાય કોઈએ કેળવી જાણી નથી. કોઈના હાથમાં કેળનાં પાંદમાંથી વાળેલી લાંબી લાંબી ચિરૂટો સળગે છે.

ઘેરૈયાનાં વૃંદો પર વૃંદો વહ્યાં આવે છે અને હાકલા પાડે છે -

"નંગો પ્યેબા ! નંગો પ્યેબા!" "મને પાણી નાખો, મને પાણી છાંટો !"

છેટે છેટેથી પાણીની ઝાલકોના પછડાટ સંભળાય છે, અને સામેથી આવતા દેખાય છે - ઘર ઘર જેવડા વિરાટ ઢાંઉ (મોરલા) બબે માળની આગબોટો, અને એવા તો કંઈ કંઈ આકારો.

મોટરો અને મોટરના ખટારાઓ માથે કરેલી આ લાકડકામની કરામતો હતી, અને અંદર ઊભા હતા યુવાન બ્રહ્મી પુરુષો. ઢાંઉ અને આગબોટોની અંદરથી તંતુવાદ્યોનું સમૂહ સંગીત વાગતું હતું. મર્દો ભરપૂર કંઠે ગાતા હતા - ઇન્દ્રનાં કીર્તિગીતો. તેમના લેબાસ એક જ સરખા ગણવેશી હતા. ગલીએ ગલીએ અને ઘેરેઘેરેથી છંટાતી ચોખ્ખાં રંગવિહોણાં પાણીની ઝાલકોએ તેમને તરબોળ કર્યા હતા. કોરાં હતાં કેવળ તેમનાં ઓળેલાં માથાં, કારણકે માથાં ઉપર તેમણે રબ્બરની ટોપીઓ ચડાવી હતી.

એક પછી એક વાહન પસાર થતું હતું અને બેઉ બાજુનું પ્રત્યેક નારીમંડળ આ ઘેરૈયાઓને ચોખ્ખાં મીઠાં જળે રોળતું હતું. કોઈ કોઈ ઘેરૈયાને શૂરાતન ચડી જતું તો તે નીચે કૂદકો મારી, યુવતીના હાથમાંથી બાલદી ખૂંચવી, પાણીની ઝાલક એ સ્ત્રીઓ પર નાખી "ઇરાપો!" બોલતો, પાછો ઝડપભેર વાહનમાં છલાંગી જતો. પગપાળાઓનો ત્યાં પાર નહોતો.

વધુ વાર થઈ નહીં ત્યાં તો રાજમાર્ગો પર નદીઓનાં સજીવન વહેન બંધાયાં. રાષ્ટ્રનો તહેવાર હતો, બજારો બંધ હતાં, પાણીની જ એ શહેર ઉપર પ્રભુતા હતી. શાસન હતાં - સરકારનાં નહીં પણ ઇન્દ્રદેવનાં, ફક્ત એકલા બ્રહ્મદેશને જ વનશ્રીએ આપેલ પઢાઉ પુષ્પોનાં, લયમધુર કોમળ સંગીતનાં, સ્ત્રીઓનાં, સ્નેહનાં, સ્વરોનાં - "નંગો પ્યેબા ! નંગો પ્યેબા! ઉરાપો ! ઇરાપો!"

એ કોઇ એક જાતિનો કે કોમનો તહેવાર નહોતો. કોઈ એક વર્ગનો નહોતો, કારણ કે બ્રહ્મી પ્રજા વર્ગોમાં વહેંચાણી નથી. એ ઉત્સવ રાષ્ટ્રનો હતો, રાષ્ટ્રવાસી દેશી-પરદેશી તમામનો હતો. બ્રહ્મીઓની ગાડીઓ નીકળી, ચીનાઓના ઘેરૈયા-ઘેર પણ નીકળ્યા, સિંહાલીઓ ને જાપાનીઓ પણ જુદા ન રહ્યા. વ્યાજખાઉ ધીરધારિયા કાળા સીસમ ચેટ્ટીઓ પાણી ખાવા ચાલ્યા, મુસ્લિમ અને બર્મી વચ્ચેનાં લગ્નમાંથી નીપજેલી નૂતન ઝેરબાદી ઓલાદે પણ લાંબા કાળનાં કટ્ટર વૈરને ખોપરીઓના એક ખૂણામાં સંઘરી મૂકી, પોતાનાં ખુન્નસ છોડી, ટોળે ટોળે બહાર નીકળીને આ રાષ્ટ્રોત્સવમાં સાદ પુરાવ્યો : "નંગો પ્યેબા, નંગો પ્યેબા : પાણી છાંટો, અમે પણ પાણી ખાનારા છીએ, અમને છંટકોરો, અમને રોળો."

"એ...એ...એ, જો પેલી બ્રહ્મીને દે...દે...દે -" એમ બોલતા ડૉ. નૌતમે પોતાની પત્ની હેમકુંવર હાથણીને રોળવાની ચેષ્ટા રૂપે એને ખંભે હાથ મૂકી દીધો. અને જોયું તો એક માર્ગેથી બીજે માર્ગે જતી એક બ્રહ્મી નારી, શાંતિથી શિર નમાવીને પુરુષોની સામટી

પાંચદસ બાલદીઓના ધોધમાં વરુણ-સ્નાન કરતી હતી. પોતાનાં અંગ પરનાં નકોર રેશમ લદબદ થયાં તેનો એ સ્ત્રીને અફસોસ નહોતો. એ હસતી હતી, અને વીખરાયેલ અંબોડામાંથી હીરાજડાઉ 'ભીં' (કાંચકી) કાઢીને ઊભી ઊભી લાંબા વાળ સમારતી હતી.

"શું તમે પણ ઘેલા થયા છો !" હેમકુંવરે દેહને હળવેથી હલાવી ડોક્ટરનો હાથ પોતાના ખંભા પરથી લસરાવી નાખ્યો ને કહ્યું, "નાનપણમાં કદી હોળી રમ્યા નથી કે શું?"

એને જોતી રાખી ડૉક્ટર ચોરીચૂપકીદીથી ખસી ગયા, અને થોડી વારે બારીમાં ઊભેલી પત્નીએ "ઓય મા!" પોકાર્યું.

પોતે પણ નખશિખ તરબોળ બની ગઈ હતી. ડૉ. નૌતમે અંદરથી ડોલ ભરી લાવીને એના ઉપર ઠબકારી દીધી હતી.

"મને શું નાખો છો ? શૂરા હો તો ઊતરોને હેઠા ! જાવને આ બ્રહ્મીઓની ઝાલકો ખાવા."

આ શબ્દો પત્ની બોલતી હતી અને તે સાથે જ રસ્તા ઉપર ચોમેર પાણીની થપાટો સંભળાતી હતી. પાણી ખાનારા મરદો આ જળ-તમાચાથી ચમચમી જતા હતા.

"જાઉં ને?"

"હા, હા, એ ડૉક્ટર !" બાજુએથી બીજા ગુજરાતીઓ નાચી ઊઠ્યા. "આંહીં તો રિવાજ છે. હિંદીવાનો પણ નીકળે છે, અમે તો ગામડાંમાં હોઈએ ત્યારે અચૂક જોડાઈ જઈએ. કાઢોને મોટર ! આખા નગરમાં ચક્કર લગાવીએ."

"ના, ભૈ ! મોટર તો બગડે."

"ભલે બગડે, અવતાર તો સુધારો !" હેમકુંવરે હસીને કહ્યું.

"પણ આ લોકોનાં પાણી ખાઈ નહીં શકો હો, દાક્તર !" પાડોશી જુવાને કહ્યું.

"બસ ! બાઇડિયુંના હાથનું પાણી નહીં ખાઈ શકો એવા જ પાણિયાળા છોને, કાઠિયાવાડીઓ ?" હેમકુંવરે પાનો ચડાવ્યો.

"અરે, વાત છે કાંઈ ? કાઢો મારી મોટર !" ડૉ. નૌતમને ચાનક ચડી.

"ચગ્યા ! ચગ્યાને શું?" હેમકુંવરે તાળીઓ પાડી. બંગડીઓ રણઝણી.

ટપોટપ કછોટા ભિડાયા. ઠેકાણે ઠેકાણે ટેલિફોન થયા. કેટલીક ગુજરાતી પેઢીઓમાંથી મોટર અને મોટરટ્રકો નીકળી પડી. ગુજરાતીઓએ રાષ્ટ્રોત્સવના સમૂહનાદમાં સૂર પુરાવ્યો : "નંગો પ્યેબા ! નંગો પ્યેબા ! નંગો પ્યેબા !"

ગુજરાતી યુવાનોને પણ બ્રહ્મી યુવતીઓએ રૂડી રીતે રોળ્યા. બપોર સુધી આ રાષ્ટ્રોત્સવમાં ઘૂમતા ડૉ. નૌતમને યાદ જ ન રહ્યું કે પોતે પારકા પરદેશમાંથી અહીં નવોસવો આવેલ છે. સાંજ નમવા લાગી. બ્રહ્મીઓને આંગણે આંગણે બુઢ્ઢાં સ્ત્રીપુરુષો ચટાઈ બિછાવી અને કેળનાં પાંદની વાળેલી હાથ હાથ લાંબી ચિરૂટો ચૂસતાં આ રાષ્ટ્રોત્સવ નિહાળતાં બેઠાં. તેમની આંખોમાં અમી ભર્યું હતું. પરદેશવાસીઓ અને પોતાની કુમારી યુવતીઓ પર્વ ખેલે છે તેનો કોઈ અવળો ભાવ એમના અંતરમાં નહોતો, અને ડૉ. નૌતમ વગેરે ગુજરાતીઓની ગાડી નીકળતી ત્યારે તેઓ સવિશેષ આનંદ પામીને બોલતાં :"ફ્યા લારે ! બાબુ લારે !" (દેવ આવ્યા, ગુજરાતી બાબુ લોકો આવ્યા!) "ચ્વાબા બાબુ! લાબરો બાબુલે!" (પધારો ગુજરાતી જન, પધારો લાડકવાયા બાબુ) બાબુ એટલે ગુજરાતી માટેનું માનભર્યું સંબોધન, અને એમાં 'લે'નું મુલાયમ મિશ્રણ થાય ત્યારે સમજવું કે બોલનારનાં અંતર લાડ વરસાવે છે.

બીજાં સર્વ હિંદીવાનોને આ બ્રહ્મીજનો 'કલારે' અર્થાત્ સાગરને સામે પારથી આવેલા એવા સહેજ તુચ્છકાર દાખવતા શબ્દે નિર્દેશે છે. 'બાબુ' 'બાબુલે' જેવા શબ્દે તેઓ વધાવે છે એક માત્ર ગુર્જરને.

એક્ ઘર આગળ નવોઢાઓ અને કુમારિકાઓનું ઝૂમખું હતું અને અંદર પરસાળમાં એક પ્રૌઢા સ્ત્રી ઊભી હતી. એણે ડૉ. નૌતમને પહેલે જ દર્શને હૃદયમાં એક ઊંડો ધબકાર અનુભવ્યો અને એ મોટર પાસે ઊપડતે પગલી આવી. એણે પૂછ્યું, "તમે કોણ છો? તમે આંહીં નવા આવ્યા છો?"

ડૉ નૌતમ બર્મી ભાષા જાણતા નહોતા. રતુભાઈ નામના એનાએ સાથી કહ્યું, 'હા, ઢો-સ્વે! નવા આવ્યા છે. ડૉક્ટર છે."

બાઈ બોલી : "તમે...! તમે હજુ આવડા ને આવડા જ રહ્યા છો?"

એ ઉદ્ગારો અકળ અને અગમ હતા. રતુભાઈ જેવો છેલ્લા એક વર્ષથી બર્મી ભાષાનો અનુભવી પણ આ શબ્દોનો અર્થ તારવી શક્યો નહીં. પેલી બાઈને એ પિછાનતો હતો. એણે કહ્યું, "ઢો-સ્વે, તમે શું કહેવા માગો છો?"

ઢો-સ્વે નામની પ્રૌઢાએ પોતાના મનને કાબૂમાં લઈને ધીમેથી પૂછ્યું: "તમારા પિતા અહીં કદી હતા?"

"હા, મારા જન્મ પહેલાં." ડૉ. નૌતમે રતુભાઈ દ્વારા જવાબ દેતાં દેતાં ઢો-સ્વેને કૌતુકભેર નિહાળી.

"તું એનો જ પુત્ર ! બાબુલે, આબેહૂબ એની જ મૂર્તિ ! એ ક્યાં છે?'

"ગુજરી ગયા છે."

"સૌઉં ત્વારે ! ગુજરી ગયા ! હો... હો ! છોકરીઓ !" એણે પાણી ભરીને થંભી ગયેલ યુવતીઓને કહ્યું, "એને ધીરે ધીરે રોળજો. એ ફૂલ સમાન છે. નહીં સહી શકે."

પોતે એક બાલદીમાંથી ખોબો ભરીને નૌતમના શિરપર અભિષેક કર્યો ને પછી કહ્યુંઃ "તારા પિતા મારે માની દુકાને હતા. તું ક્યાં રહે છે?"

ડૉ. નૌતમનું સરનામું લઈ, એક વારે એને શિરે હાથ ફેરવીને ઢો-સ્વેએ ગાડીને જવા દીધી.

"રહો રહો!' તુરત એણે ફરી એક વાર થોભવાનું કહી ઘરમાં દોડી, નેતરની ટોપલી ભરી ફૂલો આણ્યાં અને મોટર ઉપર ઢોળ્યાં.

વિદાય લેતી મોટરમાં ડૉ. નૌતમ તો સડક બની બેઠો રહ્યો. આ બર્મી બાઈના પ્રત્યેક શબ્દમાંથી એને કોઈક નિગૂઢ માતૃત્વના કુમાશભર્યા સાદ સંભળાતા હતા. પોતે દસેક વર્ષનો હતો ત્યારે દેશના ઘરમાં પિતા આવું કંઈક ગાતા હતા તે એને યાદ આવ્યું -

બાબુજી ! લાબા લાબા !

ચમા તયાઉઠે મનેં નાઇબુ

ખીમ્યા બાબુજી લાબા લાબા !

પણ એ ગીતના અર્થો પિતાએ કદી કરી બતાવ્યા નહોતા.

"આ ઢો-સ્વે આંહી એક સોનાચાંદીની દુકાન ચલાવતી હતી. આજે તો બાપડી ખલાસ થઈ ગઈ છે. એના ભાઈનું નામ સયાસાન થારાવાડીવાળો." રતુભાઈએ કહ્યું.

"એ કોણ?"

"એણે 1929-30માં થારવાડી ડિસ્ટ્રીક્ટમાં સરકાર સામે બુલંદ બળવો જગાવ્યો હતો. સરકારી તંત્રને ખોરવી નાખ્યું હતું. એના બળવાને તોડવા તો મોટી મિલિટરી પણ અશક્ત બની હતી."

"આજે ક્યાં છે?"

"આજે તો કહે છે કે ચીનની સરહદ પર ગોળીએ આવીને ખલાસ થયો છે."

"આ બાઈ શું કરે છે?"

"એને રંગૂનવાળા આપણા શાંતિદાસ શેઠે ફોલી ખાધી. એનાં સોનાચાંદી ફુલઝપટ સાફ થઈ ગયાં. હવે તો માર્કિટમાં એક નાનકડી દુકાન રાખી છે. તે ઉપરાંત પોતાની જમીનનો વહીવટ કરે છે. તમારા પિતા આંહી કઈ સાલમાં હતા?"

"૧૯૦૮-૧૦માં."

"બસ ત્યારે, તે દિવસે એની માતાનો ધંધો ધીકતો હશે. સંભવ છે કે તમારા પિતા એને ત્યાં નોકરી કરતા હશે."

"મારો ને પિતાજીનો ચહેરો એકદમ સરખા છે. આજે પણ પિતાની જુવાનીની તસવીર જોઈને ઘણા ભૂલ ખાઈ જાય છે."

"ત્યારે તો તમને પણ એણે સાચા પિછાની લીધા."

ઘેર જઈને ડૉ. નૌતમ ગંભીર બની ગયો. એના અંતરમાં પિતાનું બ્રહ્મદેશ ખાતેનું યૌવન કલ્પનારંગે ઘોળાવા લાગ્યું.

'ઢો-ભમા!'

પીમના ગામમાં આ તધુલાનો ઉત્સવ ચાલુ રહ્યો. વરુણદેવે હજુ જવાબ વાળ્યો નહોતો. વૈશાખ-જેઠના વાયદાની હજુ એણે સાખ પૂરી નહોતી. એકાદ વૃષ્ટિ, એકાદ ઝાપટું, એકાદ આછેરી ઝરમર પણ આકાશ ન વરસાવે ત્યાં સુધી એણે વર્ષની આબાદીનો કોલ આપ્યો ન ગણાય. વૃદ્ધો અને કુંગીઓ (બર્મી ધર્મગુરુઓ) ફયા (મંદિરો)માં અને ચાંઉ(મઠો)માં માળા લઈ ભૂખ્યા તરસ્યા, વરુણને આરાધવા બેઠા હતા, અને તરુણ પ્રજા ભૂખ તરસને ભૂલી જઈ જળબંબાકાર કરી રહી હતી.

આખરે ઇન્દ્રે (તઝાંમીએ) પૃથ્વીને કોલ આપ્યો. ધરતીને ખભે એક આછેરા મલમલિયા મેઘનો પવા (દુપટ્ટો) પહેરાવીને વરુણે નવા વર્ષનો નેહ જાહેર કર્યો. એટલે એ છેલ્લે દિવસે બ્રહ્મી ઘેરૈયા અને ઘેરૈયાણીઓ, સ્ત્રીઓ ને પુરુષો, શહેર બહારના તળાવ પર ગયાં. ખાવા કે પીવાનું તેમને ભાન નહોતું. ભીનાં વસ્ત્રો બદલવાની વેળા નહોતી. યુવાન બ્રહ્મદેશીઓ જળનાં જ જીવડાં બન્યાં હતાં. પાણી ખાનારો પાણીદાર ઠરતો. છેલ્લી સાંજના એ જળમેળામાં રાંધેલા ચાવલ વેચાતા લઈ લઈને જરા ટકાવ મેળવતાં જુવાનિયાં ફરી પાછાં પાણીએ રમવામાં પાગલ બન્યાં. વળતે દિવસે ઘેરૈયાના ઘેર 'ઇરાપો' ગાતા બજાવતા ગામ ભણી પાછા વળ્યા. તેમાંનાં કંઇકનાં શરીર શીતે થરથરતાં હતાં. ગૌર કાંતિ ઝાંખી પડી હતી. સ્ત્રીઓનાં માથાં ટપકતાં હતાં, છતાં વાળની લટેલટ ઓળી લઈને માથાના બ્રહ્મરંધ્ર ઉપર છત્રીઘાટે સજેલા અંબોડા અણીચૂક આબાદ હતા - અને તેમાં પઢાઉનાં નાનાં પીળાં પુષ્પો નવેસર મઢાયાં હતાં. પાણી અને પુષ્પોનો ઉત્સવ ચોથા દિવસની સંધ્યાએ પૂરો થયો.

બીજા દિવસે આ ગામના તધુલાનાં શાંત શીતળ વાતાવરણને છિન્નવિચ્છિન્ન કરી નાખનાર એક ઓર તરેહની કિકિયારી સંભળાણી:

"ઢો ભમા ઇંજીલા ! ઢો ભમા ઇંજીલા ! ઢો ભમા ઇંજીલા ! "

રેશમી રંગબેરંગી લુંગીને બદલે સફેદ હાફ-પેન્ટ અને શર્ટમાં સજ્જ થયેલ એક વિરાટ વિકરાળ યુવક-સમૂહ હૂકળતો ઉછળતો માર્ગેથી પસાર થતો હતો. એ પ્રત્યેક હાકમાં રણહાકનો રણકાર હતો. એ રણહાક પોતે જ કંગાળને ક્રોધિત અને શાંતને રૌદ્રરૂપ આપનારી હતી. બોલનારાઓની આંખોના ડોળા બેઉ બાજુનાં મકાનો સામે જોઈ જોઈ લાલ લાલ પોપચાં ને પાંપણો વચ્ચે ઘૂમતા હતા.

એની આગળ ચાલતા યુવાનો માંહેનો એક તો બળતા કોયલાના અંગારની સાક્ષાત્ માનવમૂર્તિ હતો.

"આ વળી શું રોનક?" ડૉ. નૌતમ બીધા.

"એ છે તખીન પાર્ટી નામનો આંહીંનો સ્વાધીન બ્રહ્મદેશવાળો રાજદ્વારી પક્ષ. કહે છે 'ઢો ભમા : અમે બ્રહ્મદેશીઓ, અમે બ્રહ્મદેશીઓ ! બ્રહ્મદેશ અમારો છે, અન્ય કોઈનો નથી.' એમને બ્રહ્મદેશનું સંપૂર્ણ સ્વાતંત્ર્ય જોઇએ છે." રતુભાઈએ કહ્યું.

"આપણી વિરુદ્ધ છે!"

"આપણો ઇન્કિલાબ ઝિંદાબાદ જેટલા અંશે પરદેશીઓની વિરુદ્ધ છે તેટલા અંશે. આપણે જે કાંઈ બથાવી બેઠા છીએ તે એ છોડાવવા માગે છે. મદ્રાસી ચેટ્ટીઓ જમીનો દબાવી બેઠા છે. ગુજરાતી અને મારવાડીઓ ચાવલની મિલો પચાવી પડેલ છે. પંજાબીઓ વગેરે એનાં લાકડાનાં જંગલોના ધણી થયા છે. એના તેલના કૂવા પણ આપણા હાથમાં છે.

"દાક્તરોનું કેમ છે?"

"બસ સલામત છે હિંદી દાક્તરો. અહીં બર્મી પુરુષો દાક્તરો છે જ નહીં. સ્ત્રીઓ કોઈ કોઈ બની રહી છે. પણ ભીડાભીડ નથી."

"ત્યારે તો જખ મારે છે!" ડૉ નૌતમે પત્નીને કહ્યું : "આપણે નિરાંતવાં રહો."

આ વાતો થતી હતી ત્યાં જ બારણાની ઘંટડી વાગી અને ઊઘડતાં દ્વાર વચ્ચે એક પ્રૌઢ પાકટ સ્ત્રી દેખાઈ. એ બે દિવસ પર મળેલી ઢો-સ્વે હતી. સ્વે એનું નામ હતું. 'ઢો' એની ઉંમર દર્શાવનાર પ્રત્યય હતો. બ્રહ્મદેશમાં યુવાન સ્ત્રીના નામ આગળ હંમશા 'મા' (બહેન) ને પ્રૌઢ પાકટના નામ આગાળ 'ઢો' લગાડીને જ બોલાવાય છે. મા-સ્વે એટલે સ્વે-બહેન, ઢો-સ્વે એટલે સ્વે કાકી જેવું. સ્વે એટલે સોનું. આપણે કહી છીએ. 'સોનાં આઈ' એના જેવું જ.

એને દેખી એક તો ડૉ. નૌતમ પિતાનાં સ્મરણોમાં અટવાઈ ગયો, ને બીજું એને સત્કાર શબ્દ નહોતો આવડતો. પણ રતુભાઈએએ કહ્યું "ચ્વાબા, ઢો-સ્વે" (પધારો, સ્વે કાકી.)

"એ ભૂત !" ડૉ. નૌતમે પત્નીએ કહ્યું, "એને મળ તો ખરી."

હેમકુંવરબહેન બાપડાં કાઠિયાવાડમાંથી પહેલી જ વાર બહાર નીકળેલાં, એમાં આ બ્રહ્મદેશને તો કામરૂ દેશ જ સમજીને બેઠેલાં. પતિ પર કામણટ્રમણ મંત્રધાગાના પ્રયોગો થવાની ધાસ્તી, વળી દેશમાં સાસુ પાસેથી ત્રૂટક એવું કાંઈક સાંભળેલું કે સસરા માંડ માંડ એક બર્મી સ્ત્રીને ઘેર બોકડો અથવા પોપટ બનતા બચીને દેશ ભેગા થયેલા - ઉપરાંત પાછો જેનો ધણી રૂપાળો તે સ્ત્રીની જંજાળનું તો પૂછવું જ શું ! એ તો આ બાઈને રાત્રીને ટાણે આવેલ જોઈને હેબતાઈ જ ગયાં.

છતાં ઢો-સ્વે પોતાની જાણે જ હેમકુંવર પાસે ગઈ અને જગતમાં ભાગ્યે જ બીજે ક્યાંઈ સાંભળવા મળે તેવી કુમાશથી પૂછ્યું : "ધીમા કાંઉડે મહૌલા? (આંહીં તને સારું લાગે છે ને?) કો ઐ લાબા (મારે ઘેર આવો) તો હું ભાષા શીખવું. જુઓ, કોઈ આવે તેને આમ કહેવાયઃ લાબા(આવો), થાંઈબા (બેસો), સાબા (ખાઓ). હેં તું મારે ઘેર આવીશને?"

મોંમાંથી ફૂલ ઝરે તેવા ઝરતા આ બધા શબ્દોના અર્થો રતુભાઈ કરતા જતા હતા અને હેમકુંવર તો વધુ ને વધુ હેબતાતી હતી.

"સાથે સાથે, હેં ઢો-સ્વે !" રતુભાઈએ વિનોદમાં કહ્યું, "એને એ પણ બતાવોને કે સ્ત્રી કોઈના ઉપર ખીજે ત્યારે શું કહે ?"

"અરે જાવ જાવ બાબુ! એવું તે કાંઈ શીખવાતું હશે?"

"તમે ભૂલી ગયાં હશો, ઢો-સ્વે, પણ હું નથી ભૂલ્યો. અમારા શાંતિદાસ શેઠના મહેતાજીએ તમારી દીકરીના હાથમાં ગીની આપતી વખતે અણછાજતું વર્તન કરેલું, ત્યારે તમે શું કહેલું?"

તુરત ઢો-સ્વે બોલી ઊઠીઃ "જો આમ કહેવાય : તૈ મપ્યો બાને (બહુ બોલીશ મા), ધૌખા મ્યામે (મુશ્કેલીમાં આવી જઈશ), ફના છામે(જોડો લગાવીશ)." એમ કહેતાં કહેતાં આ બ્રહ્મી સ્ત્રીએ પોતાના પગમાં પહેરેલાં રેશમી ચંપલ લેવાનો અભિનય કર્યો.

"જોયું, હેમકુંવરબહેન ! આ છે આંહીંની સ્ત્રીઓની ખુમારી ને કુમાશ બેઉ જોડાજોડ." રતુભાઈએ સમજાવ્યું.

"તું હમણાં કેમ દેખાતો નથી બાબુલે!" કાકીએ રતુભાઈને પૂછ્યું.

"ઢો-સ્વે! હું તો હવે યાંગઉં (રંગૂન) રહું છું." રતુભાઈએ ઓળખાણ તાજી કરી; "પણ તમે પૈસેટકે ઘસાઈ ગયાં એ જાણી દિલગીર થયો."

"હો... ઓ... ઓ...! પેસા ફ્યા યુત્વારે (પૈસા તો પ્રભુ જ લઈ ગયા). ફ્યા પેમે (પ્રભુ જ પાછા આપશે). કૈસા મશીબૂ, બાબુલે (કુચ્છ પરવા નહીં, બાબુ)! પણ હવે હું જે કામે આવી છું તે કહું, ડૉક્ટર બાબુ ! મારી દીકરીએ સખત શરદી છે. અત્યારે ચાલશો ઘેર ! હું તમને મળ્યા પછી તો બીજા કોઈ ડૉક્ટર પાસે જવા માગતી નથી. ભલેને ગોપાલ સ્વામી હોશિયાર રહ્યા. બૅનરજી બાબુને પણ બહિ બોલાવું. તમે આવ્યા એટલે મારે તો ફ્યા લારે (દેવ આવ્યા). રતુબાબુ, તમે પણ ચાલશો? નહીંતર ડૉક્ટરને અમારી વાત કોણ સમજાવશે?"

હેમકુંવરબહેનને ઊંડા ઉચાટમાં મૂકીને ડી. નૌતમે પોતાની મોટર કઢાવી અને પોતાની બાજુમાં બેઠેલી આ બાઈ ત્રીસ વર્ષ પર, એટલે કે વીસેક વર્ષની વયે, કેવી સુંદર અને સુવાસિત હશે, કેવી આકર્ષક અને દ્રાવક હશે, પિતાએ બર્મા એકાએક કેમ છોડ્યું હશે - શું આની જ યૌવનઝાળથી ધ્રુજીને? એવું ચિંતવતા ચિંતવતા ઢો-સ્વેને ઘેર પહોંચ્યા. આટલી ઉંમરે પણ એ બાઈના દેહમાંથી તનાખા (ચંદનનો લેપ) મહેકતો હતો. બ્રહ્મી નારીને તનાખા વગર ચાલે નહીં.

ધરતીથી અધ્ધર રોપેલું લાકડાનું ઘડેલું એ નાનું ઘર હતું અને એને ફરતો બાગ હતો. ઢો-સ્વે જે કાળે મા-સ્વે હતી તે સમયની સમૃદ્ધિના અવશેષરૂપે રહ્યાં હતાં. એક ફક્ત પુષ્પે મહેકતો બાગ અને આ કાષ્ઠની સુંદર ઇમારત : માતાનો મળેલ વારસો. બ્રહ્મ દેશમાં વારસદાર પુત્રી બને છે પુત્ર નહીં.

પિતાનું યૌવન અહીં કદીક કદીક ચૈત્રની ચાંદનીમાં બેઠું હશે? કોણ જાણે ! ઢો-સ્વેનું હૃદય એ ઇતિહાસ સાચવીને બેઠું હશે?

અંદર એક વૃદ્ધ છતાં આધેડ જેવો જણાતો પુરુષ પરસાળમાં નેતરની ચટાઈ પર બેઠો બેઠો શાંતિથી ચિરૂટ ચૂસતો હતો. ઉશ્કેરાટને સહેલાથી વશ થતાં છતાં ચોમેર ફ્યાઓની અંદર બુદ્ધદેવની ધ્યાનમગ્ન, સ્વસ્થ, શાંત, ધીરગંભીર પ્રતિમાઓનાં ધ્યાન ધરતા બ્રહ્મદેશી પુરુષોનો આ નર એક નમૂનો હતો. એણે ફક્ત એટલું કહ્યું : "લાબા" (આવો).

પરસાળમાંથી દરદીને ઓરડે (ઓરડા એટલે બ્રહ્મી ઘરમાં લાલ મધરાસી ચક જડીને લાકડાને ચોગટે પાડેલ પાર્ટિશન) જતાં તેને દ્વારે ઊભેલ યુવાનને જોતાં જ ડૉ. નૌતમ ખચકાયા. હજુ બે જ કલાક પર એને દીઠો હતો. હજુ એણે કપડાં બદલ્યાં નહોતાં. એ જ શ્વેત હાફ-પેન્ટ અને શર્ટ; અને હમણાં જ જાણે કે એ ગરજી ઊઠશેઃ 'ઢો ભમા ઇંજીલા.' એ તો ઠીક પણ ક્યાંક 'ધા' ઉપાડીને ત્રાટકશે તો!

બ્રહ્મદેશનો અતિ બિહામણો શબ્દ 'ધા' : ધા એટલે એક હાથ જેવડી છૂરી. ડૉ નૌતમને ઘણાએ ચેતવેલા કે જોઈતપાસીને અસૂરસવાર વિઝિટે જજો, ધા લેતાં બરમાને વાર નથી લાગતી. ને ધા ક્યાં ક્યાં નથી હોતી? ઝેરબાદીના ગજવામાં ધા, મજૂરની બગલમાં ધા, સ્ત્રીની એંજીમાં ધા. અરે ધર્મગુરુ ફુંગીના પીળાં ઉત્તરીય હેઠળ પણ કાતિલ ધા ! તો આ 'ઢો ભમા' વાળા ભાયડા ધા વગરના હોય જ કેમ કદી!

એક પલ યાદ આવ્યો. હિંદનો રણલલકાર 'ઇન્કિલાબ ઝિન્દાબાદ!' અને સાથે સાંભર્યો બૉમ્બ. એ ઇન્કિલાબ અને એ બૉમ્બ પરદેશીઓને કેવા થરથરાવતા હશે! પોતાને આ 'ઢો ભમા'ને 'ધા' ડરાવે છે તેવા જ!

"રસ્તો આપ, માંઉ-માંઉ," માતાએ પોતાના એ પુત્રને શાંત આદેશ દેતાં એ ખસી ગયો; એણે અજબ નમ્રતાથી ડૉક્ટરને આદર આપ્યો. દીકરાનું નામ માંઉ-માંઉ હતું. એ યુવાન હશે ત્યાં સુધી એના નામ આગળ માંઉ પ્રત્યય લાગશે અને પ્રૌઢ વયમાં પ્રવેશશે એટલે ઉ-માંઉ કહેવાશે. ઉ એટલે કાકો.

"મા-નીમ્યા ! મા-નીમ્યા!" માતા પોતાની તાવમાં શેકાતી ઘેનમાં પડેલી પુત્રી નીમ્યાને ઢંઢોળતી હતી : "ડૉક્ટર બાબુ લારે, ફ્યા લારે, આંખ ખોલ. જો હમણા જ તારો રોગ મટી જશે."

દિવસમાં ત્રણ ત્રણ વાર નાહીને દેહ સ્વચ્છ રાખનારી અને છટાથી માથાનો સઢોંઉ વાળનારી યુવતી તાવમાં પડેલી છતાં હીરે મઢેલી હતી. બ્રહ્મી સ્ત્રીઓ ચાવલ ને માછલી નહીં મળે તો ચલાવી લેશે, પણ જવાહિર વગર ન જીવે શકે. ગળામાં લેઢો (હાર), કાનમાં નધા (બૂટિયાં), કાંડે લેકાઉ (બંગડીઓ) અને અંબોડામાં ભીં (કાંચકી) : બધાં જ આભરણો જડાવ !

શરદે સખત હતી. શું થયું હશે?

"તધુલાનો પ્રતાપ," રતુભાઈએ દાક્તરને કહ્યું. 'રતુભાઇએ સાચું કહ્યું, :ઢો-સ્વે એકદમ બોલી ઉઠી, "ચાર દિવસ પાણીમાં તરબોળ રહી હતી, ને તળાવે એક રાત ઉઘાડામાં ગાળી આવી છે."

"ફિકર નહીં." કહીને તાત્કાલિક ઇન્જેક્શન વગેરે આપી નૌતમે દવાખાને દવા લેવા આવવા કહ્યું.

"માઉ-માઉ!" માએ પુત્રને આજ્ઞા કરી, "બાબુ જોડે જા."

બાપ રે ! આ ઢો ભમાવાળો માંઉ-માંઉ ભેળો આવશે !

"ફિકર નહીં, ડૉક્ટર સાહેબ !" રતુભાઇએ મિત્રની અસ્વસ્થતા જોઇને કહ્યું : "એ બધા જ બૂમબરાડા આપણા ઇન્કિલાબ ઝિન્દાબાદ જેવા છે. કાલે સવારે જ આ ભાઈ વિદેશી ડગલા વગર અને શાંતિદાસ શેઠની દુકાનની ઘડિયાળની સોનાની ચેઇન વગર બીજો ઘા નથી કરવાના. ઉપરાંત, મેં પણ આંહીં અખાડા ચલાવ્યા છે."

લળી લળી મારગ કરતી ગૃહિણી છેક મોટર સુધી બહાર ગઈ અને રૂપિયા દશની નોટના બે કટકા દાક્તરના હાથમાં સેરવવા લાગી.

"નહીં, નહીં, આજે તો નહીં જ." ડૉ. નૌતમે ના કહી.

"હા...આ...આ, બાબુલે! લેવા જ જોઇએ. ફયા સુ (દેવના સોગંદ)!"

"કૃપા કરી આજે માફ રાખો, સોનાં કાકી."

"પણ કારણ ?"

"કારણ શું ! તમે મારા પિતાજીની પિછાન તાજી કરાવી છે."

"તારા પિતાનો તો અમારી પાસે છેલ્લો પગાર પણ બાકી છે, ગાંડા ! એ તો ખબર પણ દીધા વગર ઉપડી ગયેલા. સારું થયું. જમાનો બહુ ખરાબ આવ્યો, બાબુલે ! જો આ અમારા જુવાન છોકરા ! તમને કાઢવા ઊઠ્યા છે. તમારા મજૂરો પણ અમને સાલે છે. તારા બાપુ ! ઓહ ! એ તો બચી ગયા. જોને રતુબાબુ ! તમને તો ખબર છે, આપણા મનસુખબાબુની કેવી દુર્દશા છે આજે !"

"શું કહે છે આ સોનાં કાકી ?" ડૉ. નૌતમે પૂછ્યું. "મનસુખલાલ બાપડા આંહીંની બર્મીને પરણ્યા છે. આજે ઘેર એક સત્તર વર્ષની પુત્રી છે. કોઈ ગુજરાતી એને પરણવા તૈયાર નથી."

"અહોહો ! કેવા મનસુખબાબુ ! કેવી એની વહુ મા-તૈં ! કેવી એ બેઉની દીકરી !" કાકી અફસોસ કરવા લાગી. "બાબુલે ! કોઈ કરતાં કોઈ બાબુને હિંમત નહીં ! ને હિંમત કરે છે તેવાઓમાં કાંઈ માલ નહીં. છોકરાંની કેવી વલે ! માબાપે શા પાપ કર્યાં ? તમારા પિતાએ ડહાપણ કર્યું, બાબુ ! ભલે ચાલ્યા ગયા. પણ હવે તમે ફી..."

"બોલશો જ નહીં, ફયા સુ !" ડૉ. નૌતમે સામા પ્રભુ-સોગંદ દીધા અને મોટર હંકારી મૂકી. આ બાઈનો પિતા વિશેનો પ્રત્યેક બોલ એના દિલમાં ઝણઝણાટી બોલાવતો હતો.

પાળેલા કબૂતર જેવો પ્રશાંત સીનો ધારણ કરીને માંઉ-માંઉ મોટરમાં બેઠો હતો. માર્ગે એક ગલીમાં વચ્ચે રસ્તો રોકી કેટલાક લોકોનું ટોળું બેતમા બની પડ્યું હતું. તેમની વચ્ચેથી મોટરને કાઢતાં ઘણી મુશ્કેલી પડી. ડૉ. નૌતમ ગિયર પછી ગિયર બદલતા હતા, હૉર્ન બજાવતા હતા, પણ રસ્તાના રોકનારાઓને મન એ બધું રોનક હતું. થોડા થોડા ધુરકાટ પણ ટોળામાંથી આવતા હતા.

"હા..." માંઉ-માંઉ તિરસ્કારથી હસ્યો અને અંગ્રેજીમાં બોલ્યો, "ધેટ ઇઝ અવર મેઇન પ્રોબ્લેમ : એ જ અમારી મુખ્ય મુંઝવણ છે !"

"આ ન જોયા ?"

"કોણ છે એ ?"

"અમારા હિતશત્રુઓ, ઝેરબાદીઓ."

બ્રહ્મદેશીઓના જેવા જ લુંગી-એંજીના લેબાસ, એ જ્ ઢબનું માથે ઘાંઉબાંઉ (માથાબંધણાનો રૂમાલ), અને એ જ ભાષા, છતાં આ યુવાન આમને શત્રુઓ કેમ કહે છે ? "કારણ શું છે?"

"એનાં નાક સામે જુઓ ને અમારાં નાક તપાસો. અમારાં ચપટાં છે, તેમનાં લાંબાં છે. એના ચહેરામાં જુઓ, અમારા કરતાં ફરક છે. એ અમારા નથી. અમે એના નથી. એ અમારી પ્રજાનું પાપ છે." - માંઉ-માંઉનું અંગ્રેજી ધોધમાર વહ્યું.

ઉત્તેજિત બનેલા માંઉ-માંઉને દવાખાનામાં લઇ જઈને પછી ડૉક્ટરે દવા બનાવતાં બનાવતાં ચર્ચા ચલાવી -

"એ તમારું પાપ કઇ રીતે?"

"આ ઝેરબાદીઓ હિંદના મુસ્લિમ મરદો અને અમારી બર્મી ઓરતોની ઓલાદ છે. તેઓ વર્ણસંકર છે."

"પણ બર્મી સ્ત્રી તો દેશી-પરદેશી કે ઊંચનીચ કોઈ પણ કોમમાં ભેદ વગર પરણે છે - જાપાનીને, ચીનાને, ગુજરાતીને, પંજાબીને, ગોરાનેય."

"એટલે જે કહું છું કે બીજી કોઈ પ્રજા કે જાતિ જોડેનાં લગ્નમાંથી જે કદી નથી નીપજ્યું તે પરિણામ એક ફક્ત આમાંથી જન્મ્યું છે. આંહીં તેઓને બીજું હિંદ ઊભું કરવું છે."

"એટલે ?"

"એટલે કે તમારા હિંદુ-મુસ્લિમ ઝઘડા અને હિંદની બે કોમો વચ્ચેના ભાગલાની બર્મી આવૃત્તિ."

"શા માટે પણ ?"

"બસ, ધર્મ માટે. તેઓનો ધર્મ જુદો બન્યો. બન્યો તો બન્યો, પણ અમારા ધર્મનો વિરોધી બન્યો. છાપાં વાંચો છો કે નહિ?"

"અગ્રેજી છાપાં વાંચું છું."

"બર્મી છાપાં વાંચો. આજે દિલેદિલમાં આગ લાગી છે. સાત વર્ષ પર એક ઝેરબાદી ધર્મપુરુષે એક ચોપડી લખી હતી. એની કોઈને ખબર પણ નહોતી રહી. આજે કોઈક તમારા જ હિંદુ મુસલમાને એ ચોપડી ફરી વાર છપાવી અમારા દેશમાં ફેલાવી છે. અમારાં અખબારો એના પર ઊકળી રહ્યાં છે. અમારા ફુંગી-ચાઉમાં એ વાંચીને સળગી ઊઠેલ છે." "એમાં શું છે ?"

'બૌદ્ધ ધર્મની નિંદા અને ઇસ્લામનું પ્રતિપાદન."

"એવી ચોપડી પ્રસિદ્ધ થવા કેમ પામી ?"

"ક્યાને ખબર. શું કરીએ ? કોને કહીએ ! ધર્મની અવહેલના, કુંગીઓની બદનક્ષી. અમારા કુંગીઓ જોયા છે ? આગના કટકા છે !"

"હા, સાંભળું છું કે વૈરાગ્યનાં વસ્ત્રોમાં તેઓ ધા છુપાવે છે."

"સાચી વાત છે, ડૉક્ટર ! અમારી ઓરતોની અતિઘણી મોટી સંખ્યામાંથી અને લગ્નસ્વાતંત્ર્યના અતિરેકમાંથી સળગેલી એક રાષ્ટ્રભક્ષી જ્વાળારૂપી આ ઝેરબાદી કોમ છે."

"નહીં, ભાઈ ! કોમનો વાંક કાઢો. વાંક દોરનારનો છે. - ધાર્મિક, રાજપ્રકરણી બેઉ પ્રકારે ઊંધી દોરવણી દેનારનો છે."

"તે હશે, પણ અમારા પૂરતાં તો અમારે પગલાં લેવાં પડશે."

"તમારી સ્ત્રીઓને શું પરજાતિમાં લગ્ન કરતી અટકાવવી પડશે?" એમ કહેતાં ડૉ. નૌતમે રતુભાઈ સામે અર્થસૂચક દૃષ્ટિએ જોયું. રતુભાઈ હજુ અવિવાહિત હતા.

"ના, એ તો અમે કદી નહીં કરીએ. અમે બ્રહ્મીજનો વિશ્વબંધુત્વના વ્યવહારુ ઉપાસકો છીએ, અને રુધિરના વૈવિધ્યમય મિશ્રણમાં માનીએ છીએ. ઉપરાંત, અમારું સ્ત્રી-તેજ મુક્ત પ્રેમના પ્રદેશમાં વર્ગ, વર્ણ કે જાતિની ઉચ્ચતા-નીચતા કે અમીરી-ગરીબીની પાળોને ગાંઠશે નહીં. પણ એક વાત તો નક્કી કરશું. અમારી બહેન-દીકરીને પરણવા આવનારને અમારા ધર્મનો દીક્ષિત કરશું."

"તેથી શું તમારો પ્રશ્ન ઊકલી જશે ?"

"નહીં ઊકલે તો આગે આગે ગોરખ જાગે."

"ખેર, આપણે નિરાંતે બેસીને વાતો કરશું. જરૂર આવજો."

તે જ વખતે અંદરનું બારણું ઉઘાડી એક સ્ત્રી આવી. એની સામે આંગળી બતાવીને ડૉ. નૌતમે કહ્યું, "મારો ભય ન રાખશો. હું કોઈ બ્રહ્મી સાથે પરણવાનું નામ લઉં તો શું. મશ્કરી કરું તોય મને આ કાચો ને કાચો, વગર શેક્યો ખાઈ જવા તૈયાર બેઠી છે ! તમારી ધાનીયે જરૂર નપ્હે તેવી એની જીભ છે,"

યુવકે ઊઠી સન્માન દીધું. એ હતાં હેમકુંવર. યુવકે મોં મલકાવ્યું અને કહ્યું, "અમે બ્રહ્મીઓ પરણેલ સ્ત્રીની હાંસી કરતા નથી. અને ધાનો ડર આપ રાખશો નહીં."

"મેં તો બહુ સાંભળ્યું છે."

"નહીં, ધાને અમે ફક્ત એક જ વાર તસ્દી આપીએ છીએ. કોઈક અમારી સાથે કલી કમા (દગલબાજી) રમે છે ત્યારે જ."

એ નિખાલસ યુવકને દાક્તરે પાછો પોતાની જ મોટરમાં વિદાય કર્યો, અને પ્રભુમાં કદી ન માનવા છતાં એણે પ્રાર્થના કરી કે "હે ફયા ! આની બહેનને આરામ કરજો ! નહીંતર ક્યાંઈક દવામાં દગલબાજી સમજીને એ ધા ઉપાડતો ધસી આવશે.!"

વધુ ઓળખાણ

બ્રહ્મદેશમાં ડૉ. નૌતમ પહેલી જ વાર આવતા હતા તે છતાં પત્નીને જલદી તેડાવી હતી તેનું કારણ હતું. આ પ્રદેશના ગુજરાતીઓએ જ એમને સારી પ્રૅક્ટીસનું વચન આપીને રાજકોટથી તેડાવ્યા હતા. વળી હેમકુંવરબેનને પણ ખબર હતી કે બ્રહ્મદેશ એ તો જૂની વાર્તાઓ માંહેલો મશહૂર કામરૂ દેશ છે. ત્યાંની કામરૂ ત્રિયાઓ હજુ પણ પતિને પગે દોરો મંત્રી પોપટ કાં ઘેટો બનાવી દેશે એ વાતની એમને ધાસ્તી હતી. પોતે સત્વર આવવાની હઠ પકડી હતી. ઉપરાંત બાળકનો બોજો નહોતો. ફાવશે તો રહેશું નહીંતર ફરી તો આવશું, એ ગણતરીથી પોતે બ્રહ્મદેશ ખેડ્યો હતો. ડૉ. નૌતમને પહેલેથી જ એક વાતની ચીડ હતી. કોઈ માણસ એમ કહે કે આ દેશ અથવા આ ગામ તો ખરાવ અને ખટપટી છે, કંજૂર અને નીતિભ્રષ્ટ છે, આ ગામમાં તો ચેતીને ચાલવા જેવું છે, ત્યારે એની ખોપરી ફાટી જતી. પોતે કાઠિયાવાડ-ગુજરાતનાં ત્રણેક સ્થળો બદલાવ્યાં હતાં, છતાં પોતાને કોઈ ગામની બદમાસી નડી નહોતી. જે કાંઈ બદમાસી-બદી હતી તે તો પ્રત્યેક ગામે સર્વસામાન્ય હતી. જે કાંઈ ખાનદાની અને સુજનતા હતી તે પણ પ્રત્યેક ગામની વસ્તીમાં સરખી જ હતી. એટલે પોતાના જ ગામની બદબોઈ કરી ભલું લગાડાવા આવનારાઓને પોતે સખત અવાજે સંભળાવી દેતાઃ "જે ભૂમિ આપણને સુખેદુઃખે રોટલી રળી ખાવા દે, પાણી પીવા આપે અને રાતવાસો રહેવા દે, જે ભૂમિમાં આપણી રોટીમાં કોઈ ઝેર ભેળવી ન દેતું હોય, પાણીના માટલામાં કોઈ કૉલેરાના જંતુ ન મૂકી જતું હોય, અને ઊંઘવા ટાણે જે ભૂમિ ઓચિંતા ભૂકંપથી આપણને ગળી ન જતી હોય, તે ભૂમિ આપણને સંઘરનારી મા છે. એને વગોવવા હું તૈયાર નથી."

બ્રહ્મદેશમાં આવતાં પણ એમને એ જ અનુભવ થતો હતો. તધુલાના ઉત્સવમાં ફર્યા પછી એક સોનાચાંદી અને ઝવેરાતના વેપારીએ જ એમને શિખામણ આપેલી કે બર્મામાં બહુ ચેતીને ચાલવા જેવું છે, સાલી બહુ ક્રૂર ને ઘાતકી પ્રજા છે; વિલાસી તો બેહદ છે, ચારિત્ર્ય ખાતે તો મીંડું છે; બેઈમાન બનતાં ને કજિયો કરતાં વાર ન લગાડે. ત્યારે ડૉ. નૌતમ, આ વેપારી પોતાને તેડાવનારાઓ પૈકીના એક અગ્રણી હોઈને, ચૂપ તો રહેલા, પણ એમના અંતરમાં ખેદ થયેલો. છતાં દિલમાં થયેલું હશે કે ભાઈ ! આમ તો એ ભારી પરોપકારી અને હિંદમાં ગાંધીજીની ખાદી વગેરે પ્રવૃત્તિના પોષક છે, વરસોથી અહીં વસવાટ કરે છે, એટલે કાંઈક કડવા અનુભવને કારણે જ ચેતવણી આપતા હોવા જોઈએ. પણ આ રતુભાઈ નામનો યુવાન કંઈ વધુ જાણવા-સમજવા જેવો જણાય છે. એનામાં દાક્તરનું કુતૂહલ જન્મ્યું હતું. એ વણપરણેલો યુવાન દેશની થોડીએક પિછાનને દાવે અહીં પોતાનો

માર્ગદર્શક બન્યો હતો. એને પોતે પૂછ્યું: "હેં રતુભાઈ, આ લોકોના આચારવિચારમાં કંઈક શિથિલપણું તો ખરું હો?"

"દાકતર સાહેબ!" રતુભાઈએ જવાબ દીધો : "એ રીત જ મિસ મેયોવાળી છે. જેટલું સ્વાભાવિક જીવન છે, તેટલું નીતિહીન ન કહેવાય. અહીં જે કાંઈ છે તે બ્રહ્મીઓનું સ્વાભાવિક જીવન છે."

સાંજ પડતી અને દાક્તરના રહેઠણની પાછળ થોડે દૂર દેખાતા એક મકાનમઆંથી સંગીતના સ્વરો આવતા, અને કોઈક હિંદી વાણીમાં ગાતો સ્ત્રીકંઠ બ્રહ્મદેશની પાર્થિવ શીતળતામાં આકાશી સુગંધ સીંચતો. ત્યાં કોણ રહેતું હશે તે પ્રથમ તેમણે સોનાચાંદીવાળા શેઠ શાંતિદાસને પૂછતાં શાંતિદાસે કહેલું : "દાક્તર સાહેબ ! એ હું કહેતો હતો તે જ છે. આ બ્રહ્મીસ્ત્રીઓનું કાંઈ પૂછવા જેવું જ નથી. મદ્રાસ તરફના ચોલિયા મુસલમાનનું ઘર માંડ્યું છે, છોકરીઓ પેદા થઈ છે; તેની બર્મી માતા કોણ જાણે શીયે તાલીમ દઈ રહી હશે!'

પછી રતુભાઈને પૂછતાં એમણે સમજ પાડી. તેમાં વાત તો એકની એક હતી પણ સમજણ જુદી હતી: "લગ્ન એ આંહીની બ્રહ્મી સ્ત્રીઓનો સંપૂર્ણ સ્વતંત્ર જીવનપ્રદેશ છે. આંહીંની સ્ત્રીઓ બચપણથી જ શિક્ષણ લે છે. પુરુષો કરતાં પણ વધુ ભણતી હોય છે-"

"બધી જ?"

"એકેએક - ગામડાંની સુધ્ધાં!"

"એટલી બધી નિશાળો છે?"

"હા, પણ તે સરકારી નહીં, સાધુઓની. કુંગીઓના ચાંઉ (મઠો)માં પ્રત્યેક બર્મી બાળક ફરજીયાત ભણે છે. એક ગામડું પણ લોકોમાં સ્વાભાવિક શિક્ષણકાર કુંગી સાધુ વગરનું નથી. આ સ્ત્રી પણ ભણીગણીને પછી માબાપ કે વડીલ કોઈની પણ રજાની પરવા કર્યા વગર મદ્રાસી મુસલમાનને પરણી છે. પણ એ પોતે પતિની તામિલ ભાષા પકડી શકી નથી. પતિ સાથેનો વ્યવહાર બ્રહ્મીમાં તેમ જ હિંદીમાં કરે છે. અને વખતે હિંદ જવું પડે તો શું થાય, એટલે પોતાની દીકરીઓને હિંદી શીખવે છે."

"તમને કેમ ખબર?"

"હું અહીં રહેતો ત્યારે મેં જ એને હિંદી શિક્ષક શોધી આપ્યો હતો."

"પિતા એને પોતાની ભાષા ભણાવવાની ફરજ ન પાડી શકે?"

"ફરજ તો બ્રહ્મી સ્ત્રીને કોઈ ન પાડી શકે. પરણે ગમે તેને, પણ સ્વત્વ સાચવીને સ્વમાનથી જીવે."

તે રાત્રિને અધરાત ટાણે નજીકમાં કશોક આકરો કોલાહલ સંભળાયો અને દાક્તર નૌતમના દવાખાને કોઈ ઘંટડી બજાવવા લાગ્યું. બારણું ઉઘાડતાં રતુભાઈ ઊભેલા. સાથે એક લોહીલોહાણ માણસ હતો, નીચે એક ટોળું હતું.

"શું છે?"

"ધા ! ધા !" લોહીલોહાણ માણસ ફક્ત બે જ અક્ષરની બૂમો પાડતો હતો.

"કોણ છે એ ? શું કહે છે?"

"તલૌ, તલૌ," ચીનો બોલતો હતો. રતુભાઈએ સમજ પાડી -

"તલૌ એટલે ચીનો. આ ભાઈ ચીના છે. આંહી સામે જ સોડાલેમન વગેરેનું કારખાનું ચલાવે છે. એની બ્રહ્મી સ્ત્રીએ એને ધા લગાવી છે."

"બ્રહ્મી સ્ત્રી ધા લગાવે ! પતિને !" દાક્તર વિમાસણમાં પડ્યા.

રતુભઆઈએ કહ્યું: " મેં સાંજે જ આપને જે કહેલું તે જ આ બનાવનું રહસ્ય છે. મેં બારીએ ઊભા રહીને નજરોનજર આ નીરખ્યું છે અને કાનોકાન કજિયો સાંભળ્યો છે. ઘણાખરા ચીના આંહીં આવીને જ પરણે છે. વરવહુ વચ્ચે કંઈક વાતમાં તકરાર થઈ પડી. પતિ ધમકાવતો હતો. એટલે સ્ત્રીએ કહ્યું કે, 'હું બ્રહ્મી છું. મને ડરાવી નહીં શકો.' આ કહે કે 'તું મને તારા બ્રહ્મી મર્દો જેવો બાયલો ન ગણતી.' સ્ત્રી કહે કે 'ખબરદાર, બ્રહ્મી મરદોને બાયલા કહ્યા છે તો ! એ તો છે અમારા લહેરી લાલાઓ, બાયલાઓ નથી'. એટલે ધણી કહે કે 'તો જા બ્રહ્મીનું ઘર માંડ', પેલી કહે કે 'એમ? હવે પંદર વરસે તું મને જવાનું કહે છે? મેં તારી સાથે પરણતાં પંચ કર્મોના સોગંદ લીધા. પાંચમું તારાં ફાટેલાં કપડાં સાંધવાનું ધર્મકર્મ બજાવ્યું અને હવે -!' એમ કહીને એ ધા ઉપાડીને છલાંગી, ધા ઠઠાડી; પણ વચ્ચે થાંભલો આવી ગયો, એટલે આને થોડું જ લાગ્યું છે."

તે રાત્રિથી દાક્તર નૌતમને બ્રહ્મી લોકોની ધાનો ડર પેસી ગયો. અને એણે જાગી ઊઠેલ હેમકુંવરને જઈને કહ્યું કે "હવે તું તારે કામરૂ વિદ્યાના કામણની લેશમાત્ર બીક રાખીશ નહીં."

"કાં?"

"કાં શું ! ધા... આ... આ...!"

એમ કહી પોતાનું મોં પત્નીની ગોદમાં સંતાડી સૂઈ ગયા.

ચાવલની મિલમાં

રંગૂન નહીં, યાંગંઉ-મ્યો.

નામો બગાડાવાની કળામાં કુશળ એવા કયા પરદેશીએ આ યાંગંઉ-મ્યોનું રંગૂન કરી નાખ્યું તે તો ખબર નથી. એ જે હો તે, એણે મોટું પાપ કર્યું છે.

યાં એટલે વિગ્રહ, ગંઉ એટલે ખતમ થયું, ને મ્યો એટલે નગર. બ્રહ્મદેશના પરસ્પર લડ્યા કરતા રાજકર્તાઓએ જે સ્થાને લડવું બંધ પાડી શાંતિની સ્થાપના કરી, તે સ્થાનનું નામ યાંગંઉ-મ્યો.

આપણે એને રંગૂન રંગૂન કૂટીએ છીએ. અંગ્રેજોને મન એ રંગૂન કેવળ એક નિરર્થક સ્થાનસૂચક શબ્દ છે. સરકારનો મુકરર કરેલ એ શબ્દ આપણે જખ મારીને વાપરવો પડે છે. કોઈ પણ બ્રહ્મદેશી રંગૂન કહેતો નથી. એને વહાલું છે યાંગંઉ નામ. એ નામ એનો શાંતિ મંત્ર છે : શાતિસ્થાપનાનું સ્થાન.

પીમનાથી રજા પૂરી થયે પાછો વળેલો રતુભઆઈ બડભાગી હતો. યાંગંઉની જેટી પર એણે એક અનુપમ દ્રશ્ય દીઠું. કોઈ બડા ગોરાની બ્રહ્મદેશને આંગણે પધરામણી થતી હતી. બર્મા બ્રહ્મદેશીઓનું જ છે અને એ હંમેશાં તેમનું જ રહેશ એવો એક વધાઈનો સંદેશો લઈને આ બડા સરકાર-પ્રતિનિધિ પધારતા હતા, અને બ્રહ્મીજનો એનું જગતમાં કદી કોઈએ ન કરેલું, કોઈને ન સૂઝેલું એવું સ્વાગત કરતા હતા.

બંદરની એ સુવિશાળ જેટીને દૂરથી નિહાળો તો કાળા રંગના કોઈક રેશમે ઢાંકેલી દેખાય. તસુયે ખાલી નહીં. પંચ કે છ પંક્તિઓમાં હારબંધ ગોઠવાઈને સુંદર બ્રહ્મી યુવતીઓ જેટી પર ઘૂંટણ વાળીને બેસી ગયેલી અને એ દરેકે પોતાના જમણા ખભા પરથી જેટીની ભોંય પર પોતાના કાળા પેનીઢક વાળની લાંબી વેણીઓ બિછાવેલી હતી.

આગબોટ આવીને ઊભી રહી. મહાન પરોણાએ પગ મૂક્યો - એ વેણીઓની મુલાયમ બિછાત ઉપર. જીવતા સુંદરી-કેશની જાજમ પર થઈને એ ચાલ્યા. એના કદમોમાં અપ્સરાઓનાં મસ્તક ઝૂક્યાં હતાં. દેવોનેય લોભાવે તેવું એ સ્વાગત હતું.

ઊંડો નિ:શ્વાસ નાખીને રતુભાઈ ખનાન-ટો ચાલ્યો ગયો.

ખનાન-ટો પણ બગડેલો શબ્દ છે. સાચો શબ્દ કાનાં-ટો છે. કાનાં એટલે નદીનો કાંઠો, અને ટો એટલે જંગલ-ગામડું.

પણ ખનાન-ટો એ જંગલ પણ નહોતું રહ્યું, ગામડું પણ નહોતું રહ્યું. સાગરની રાણી ઇરાવદીના પહોળા પટને પર કરી બેક માઈલ દૂર સામે પાર જાઓ, એટલે કિનારે હારબંધ

ઊભેલાં ચાલીસ-પચાસ ભૂંગળાં ધરતીના મોંમાંથી ધુમાડા કાઢી આકાશને અપમાનતી ચિરૂટો જેવાં જલી રહે છે. એ ચાલીસ-પચાસ ચોખાની મિલો છે.

એક વખત બ્રહ્મદેશને આંગણે આંગણે આ ચોખાની કમોદ ખાંડનારી પગ-ઢેંકીઓ હતી, તે ટળીને હવે મિલો બની હતી. ગોરાઓની મિલો, મારવાડી અને ગુજરાતીઓની મિલો, કાથિયવાડી મેમણોની મિલો અને ચીનાઓ-બરમાઓની મિલો, બેજાતની મિલો : એક સાદા ચાવલ છડવાની ને બીજી પાકા ચાવલ તૈયાર કરવાની. બંગાળા અને મદ્રાસ આ પાકા, બાકીને સૂકવેલા ચાવલ ખાય.

રતુભાઈ જ્યાં મૅનેજર હતો તે હતી જૌહરમલ-શામજીની પાકા ચાવલની રાઇસ મિલ. એક મરવાડી અને એક કાઠિયાવાડીની એમાં ભાગીદારી હતી. મૅનેજર રતુભાઈને રૂ. ૩૫નો પગાર હતો. બીજા પાંચ-સાત 'બાબુઓ'ને ૧૫ થી ૩૦ સુધીના દરમાયા હતા. માલિકો એ મિલમાંથી લાખો રૂપિયા રળતા. તેઓ આ મિલમાં આવતા માત્ર સાંજે મોટર-બોટમાં બેસીને અને કલાક-અર્ધો કલાક જોઈને ચાંગંઉ ચાલ્યા જતા. મિલોના પ્રદેશ પછી ત્યાં મોટે ભાગે બ્રહ્મદેશીઓની જ ગ્રામ્ય વસાહતો હતી. એમનાં ઘરો લાકડાંના હતાં. પાકાં મકાનો હતાં ફક્ત મદ્રાસી ચેટ્ટીઓનાં, કારણ કે તેમની ગાંઠે લાખોનાં જોખમ હતાં, તેમની તિજોરી માટે પાકાં મકાનની ગરજ હતી. ગુજરાતીઓ પણ ભાડાંવડીએ આ ચેટ્ટીઓનાં મજબૂત મકાનોમાં પોતાની તિજોરીઓ મુકાવતા.

રાતપાળી પૂરી કરીને પોતાનાં મોં ધોઈ પાછા અંબોડા બાંધતી બ્રહ્મી મજૂરણો મલકતે મુખડે એક પછી એક રતુભાઈને કહેતી હતી: "બાબુ, અખ્વી પેબા!" (બાબુ, હું રજા લઉં છું.)

કોણ કહી શકે તેમણે રાતભર ધીખતી વરાળમાં બફાતાં મજૂરી કરી હશે! તેમણે પાછી બહુરંગી લુંગી-એંજી પહેરી લીધી હતી. વળી એકાદ સાચુંખોટું નંગ તો તેમનાં શરીરો પર ઝળકતું જ હતું. વાલની વીંટી વગરનો અડવો તો ભાગ્યે જ કોઈનો હાથ હતો. ખાતી હતી કેવળ ચાવલ ને મચ્છી, પોષણ તો દેહને અધૂરું પડતું. પોષતી હતી બસ એકલી રસિકતાને - રેશમ, હેમ ને હીરા વડે. અને ઓહોહો, પુષ્પો વગર તો એને પોસાય જ કેમ?

નવી આવેલી મજૂરણોએ વસ્ત્રો બદલી, મજૂરીનાં વસ્ત્ર પહેરી લીધાં હતાં. સઢોઉં છોડી છોડી ફરી વધુ કાળજીભર વાળી લીધા હતા. વેણીમાંથી ફૂલો ઉતારીને તેઓએ આ પુષ્પભોગી મૅનેજરના મેજ પર ઢગલા કરી નાખ્યા હતા. હાથમાં તેમણે ખંપાળીઓ લીધી હતી અને ફના (લાકડાની ચાખડીઓ) પર ચડી ચડી તેઓનું એક ઝૂમખું ચાલ્યું જતું હતું. બાફેલા ચાવલને સૂકાવવાની પ્લેટના ઉકળતા વિભાગમાં.

"અને તું મા-પૂ!" રતુભાઈએ એક મજૂરણને જોતાં જ કહ્યું, "તું હજુ જીવતી છે શું? કૂંડી પર કામ કરી શકે છે?"

"નહીં કેમ કરી શકું, બાબુજી!" એ બાઈ પોતાના બાળકને ધવરાવી લઈને પછી ઘોડિયામાં નાખી ચાલતી ઊભી રહી. "ચીનાની મિલમાં કૂંડી પરનું કામ અમે જ કરતી, તો આંહીં શા માટે નહીં?"

"પણ તું રહેવા દે."

"મને કંઈ નહીં થાય બાબુજી, ડરો નહીં."

એમ કહેતી એ કૂંડી પર ચડવા ચાલી.

ઊંચી મોટી મોટી કૂંડીઓ હતી. એક નળ પાણીનો, ને બીજો નળ ૧૬૭ડિગ્રી ગરમી આપતી વરાળનો : બેઉ નળ એ કૂંડીને માથે સંધાઈ જતા. અને એ બંને સર્પોના સંધાઈ ગયેલ મોઢામાંથી કૂંડીમાં ભરેલી કમોદ પર જે ધોધ પડતો તેનું પાણી -પાણી કહેવાય કે ઊકળતો ધાતુરસ ! - એ તો લાવા હતો લાવા.

બેતાળીસ કલાક સુધી આ લાવામાં કમોદ બફાતી. પછી એ લાવારૂપ પાણીને નીચેની જાળી વાટેથી બહાર કાઢી નાખતા.

એ પાણી પાસે ઊભા રહેવું. એ રૌરવ નરકમાં વાસ કરવા જેવું હતું. પાણી બદબો મારતું, બદબો અસહ્ય હતી.

એ બદબો બ્રહ્મી મજૂરો નહીં, પણ હિંદના ઊડિયા મજૂરો ખાતા.

બેતાલીસ કલાકના ૧૬૭ ડિગ્રી ગરમ જળ-લાવામાં બફાયેલ એ કમોદના ધાનને સૂંડલે સૂંડાલે બહાર કાઢતા આ ઊડિયા મજૂરો - આ ઓરિસાનાં હાડપિંજરો.

બરમાઓની એ મગદૂર નહોતી, સુકુમાર બ્રહ્મી સ્ત્રીઓ એ કૂંડીઓથી દૂર નાસતી.

બાળક ધવરાવીને આ એક જ બ્રહ્મિણી કૂંડી પર ચાલી ગઈ અને રતુભાઈ દિલમાં ગભરાતો ગભરાતો પાછો વળ્યો.

બ્રહ્મી નારી કૂંડી પર ચડીને એના કઠોડા ઉપર દેહ ઝુકાવતી હતી તે રતુભાઈ એ એક વખત જોયું હતું. અને દિલ ધડક્યું પણ હતું. કઠોડો જાહલ થઈ ગયો હતો, શેઠિયાઓને કેટલીય વાર કહ્યું હતું, પણ રિપૅર કરાવશું, કરાવશું એમ કહ્યા કરતા હતા.

તોબાહ તો છે આ બરમા મરદ મજૂરોથી : ડંકા પડી ગયા છે તોય હજુ બેઠા છે લિજ્જતથી, અને ચીપિયા લઈ લઈ દાઢી મૂછના વાળ ચૂંટી રહ્યા છે!

"પણ ત્યારે તમને દાઢી મૂછ મૂંડાવતા શું થાય છે?"

પોતાના આ પ્રશ્નનો જવાબ રતુભાઈને બહુ ભારી પડ્યો: "અરે બાબુ, ઠોંડા વાગે છે."

"વાગ્યાં હવે."

"પૂછો અમારી સ્ત્રીઓને, તેમને વાગે છે, અમને નહી."

"છેને નાગા !" એમ કહેતો મૅનેજર અંદર ચાલ્યો ગયો. બ્રહ્મી મજૂરોને બહુ છેડવામાં જોખમ હતું. અમુક સંખ્યા-પ્રમાણમાં તેમને દરેક કારખાનામાં રાખવાનું કાયદાથી ફરજિયાત હતું. કજિયા માટે બ્રહ્મી મજૂરો સદા સજ્જ હતા. ધા તો તેઓ પણ ધારણ કરતા, ધા અને બેતારો: બંને સાથોસાથ. બેતારો તેમનું વાદ્ય હતું, બેતારા પર આંગળીઓ ઝંકારત તેઓ કારખાનામાં પણ ગીતડાં આરડાતા. એને ગીતો ગાવા કેમ કહેવાય? ગીત તો હતી નારીના કિન્નર-કંઠની પેદાશ. આ તો બરાડતા. તેમને માંડ પટાવીની કામે લગાડવા પડતા.

પાણી કાઢી નાખેલ કૂંડીઓમાંથી સૂંડીએ ભરી ભરીને ઊડિયા દોડ્યા આવતા હતા, કમોદને ઊંચી મોટી કોઠીમાં ઠાલવતા. કોઠીઓની વચ્ચોવચ્ચ વળી પાછી સ્ટીમ-પાઇપ સણસણતી હતી. એ કોઠીઓ કૂંડીમાં બફાયેલ કમોદ પર ઓર એક બાફણ-ક્રિયા અજમાવતી. કોઠીઓ પોતાનો પ્રયોગ પૂરો કરીને આ કમોદના પુંજેપુંજને સ્ટીમપ્લેટ પર સોંપી દેતી. આ પ્લેટોને નીચેના ભંડારિયાંમાંથી વરાળ લાગતી, ઉપર કમોદ સુકાતી. કમોદને ઊલટસૂલટ, ફેરવ ફેરવ કરવાનું 'હળવામાં હળવું' કામ હેમ, હીરા ને પુષ્પો પફ-પાઉદરની ભોગી બ્રહ્મી નારીઓ કરતી.

હળવામાં હળવું ! રતુભાઈ જ્યારે ત્યાં પ્રવેશ કરતો ત્યારે માંડ બેત્રણ મિનિટ ઊભો રહી શકતો. એના આખા શરીરે લાય ઊઠતી, આંખે અંધારાં આવતાં, એ દોડીને બહાર નીકળી જતો.

હળવામાં હળવું ! બર્મી મજૂરણોની અક્કેક બૅચ એ પ્લેટ પર પંદર મિનિટથી વધુ ઊભી રહી શકતી નહીં. પંદર મિનિટ તો કાયદાએ ઠરાવેલ હતી. પા કલાક કમોદ હલાવીને એ બૅચ બહાર નીકળી આવે અને બીજી બૅચ હલાવવા જાય. પા કલાકની પાળી.

રતુભાઈ બહાર આવે છે ત્યાં તો બુમારાણ કરતો કૂંડી પરનો ઊડિયો મિસ્ત્રી દોડી આવે છે: "બાબુજી બાબુજી ! મા-પૂ કૂંડીમેં ગિર પડી."

"હેં!"રતુભાઈનો સ્વર ફાટી ગયો.

"હા, કઠોડો તૂટ્યો ને મા-પૂ અંદર જઈ પડી."

રતુભઆઈ દોડ્યો, બાઈને બહાર કાઢી હતી. પણ એ એકલું ખોળિયું હતું. કમોદ ભેળી એ માનવકાયા પણ બફાઈ ગઈ હતી. કમોદ અને માનવીનું શરીર, બેમાં શો ફરક છે ! ફરક તો આપણે પાડ્યા છે.

પણ ના, ફરક મોટો છે. કમોદ પર તો બેતાળીસ કલાકના સંસ્કાર થયેય એનું કવચ ભેદાતું નથી. પછી વરાળકોઠીમાં બફાયેલ પણ એનું જરીક જેટલું માથું જ ફોતરીમાંથી બહાર દેખાય છે.

ઉપરાંત, કમોદના દાણાને તો બાલ હોતું નથી ના?

મા-પૂનો દેહ બફાયેલો પડ્યો હતો ત્યારે એનું બાળક પણ ઘોડિયામાં રડતું હતું.

મિલમાં દાક્તર નહોતો, કારણ કે કાયદો એ ફરજ પાડતો નહોતો. 'ફર્સ્ટ એઇડ'નાં સાધનો હતાં, કેમ કે કાયદો એટલી જ ફરજ પાડતો હતો. પણ ફર્સ્ટ એઇડના સીમાડાને મા-પૂનું શરીર વટાવી ગયું હતું.

હજી સવારે જ રતુભાઇએ જેટી પર વેણીઓનાં ઝુંડ બિછાયેલાં જોયાં હતાં મા-પૂ પણ એમાંની એકાદ બની શકે તેટલો લાંબો એનો ચોટલો હતો.

એ ચોટલાનાં ફૂલો હજુ રતુભાઈના મેજ પર વણકરમાયાં પડ્યાં હતાં.

ચાંગઉ ટેલિફોન ગયો, શેઠિયા મોટર-બોટમાં હાજર થયા. ફેક્ટરી-ઇન્સપેક્ટરને ખબર દેવાયા હતા. પણ એના આવી પહોંચ્યા પહેલા જ શામજી શેઠે ચાલી નીકળવું દુરસ્ત માન્યું.

"પણ ઓલ્યો હમણાં જ આવશે." રતુભાઈએ કહ્યું.

"તમે જ પતાવી દેજો ને, માસ્તર!" શેઠિયાએ રતુભાઈને સમજ પાડી, "જેમ ઠીક લાગે તેમ કરજો."

"પણ આ કઠોડાનું શું? મારી જ ગરદન પકડશે."

"ઠીક પડે તેમ પતાવી દેજો ને!" શામજી શેઠે એક આંખનો સૂચક મિચકારો માર્યો.

"પણ મને અદાલતમાં ઘસડશે તો!"

"તો કંપની તમારો દંડ ભરી દેશે. એમાં મૂંઝાઓ છો શું?" શામજી શેઠે બીજો મિચકારો માર્યો.

આંખને એક જ મિચકારે જગતને સમજાવી દેવાની કરામત જાણીતી છે.

-ને શેઠિયાને પાછા યાંગંઉ પહોંચાડવા લઈ જતી મોટર-બોટ ઇરાવદીનાં પાની ઉપર ગાજતી ગઈ.

શિવો માણાવદરી

ક્વચિત્ કવચિત્ આવા 'અકસ્માત' બાદ કરતાં જોહરમલ-શામજીની ચાવલ મિલ રોજિંદા રવૈયા મુજબ શાંતિથી ચાલ્યા કરતી. ઇરાવદીમાં પાણી-લાઇન વાટે ત્રણ ત્રણ હજાર મણ કમોદની ગીગ (મોટી હોડીઓ) આવતી, આઠસો-નવસો મણ કમોદવાળી સંપાનો (નાની હોડીઓ) આવતી. નદીકાંઠે એ ખરીદવાને તોલ કરવા માટે શેઠના ગુજરાતી મહેતાઓ નાની એવી ઝૂંપડીઓમાં બેસતા, કાળા રેશમની ચોરણીઓવાળા ચીનાઓ અને લાંબા લાંબા ચોટલાવાળા આંતરપ્રદેશના બ્રહ્મી લોકો સાથે તોલના ધમરોળ મચતા, ખાસ પઢાવી રાખેલા ચાર મજૂરો તોલમાં કસ કાઢતા, તો વેચનારાઓ કમોદમાં ભૂસાં ખડકીને મિલના શેઠિયાઓનો સામો કસ કાઢવા મથતા. પોતાના શેઠિયાઓને આવો લાભ કરી આપવા માટે આ લોકો જાનનાં પણ જોખમ ખેડતા કાઠિયાવાડી જુવાનો સસ્તામાં મળી જતા. દિવસભર ઢાંઈમાં (નદીકાંઠાના ઘાટ, જ્યાં કમોદના વહાણ વેચવા આવતા) બેઠાં બેઠાં તોલ કરીને રાતના બે વાગતાં સુધી એ જુવાનો નામાં પણ ઢસડાતા, અને એવી નીમકહલાલીની નોકરી બજાવવાની ચોવીસેય કલાકની અનુકૂળતા માટે મિલોમાં જ શેઠિયા બાસા રખતા. બાસા એટલે રસોડાં.

જૌહરમલ-શામજી રાઇસ મિલ કાઠિયાવાડી જુવાનોને માટે ભાંગ્યાના ભેરુ સમાન હતી. આગલી નોકરીમાંથી રખડી પડેલો શિવશંકર ઠીક ઠીક રઝળ્યા પછી આંહી ત્રણ મહિનાથી ઉમેદવારીનું કામ કરતો હતો. જમવાનું શેઠ તરફથી મિલમાં ચાલતા બાસામાં હતું. એના પગારદાર સાથી બાબુઓ પાંચ-સાત હતા. તેમના પગાર પંદરથી લઈ ત્રીસ સુધી હતા. તેમની હજામત, કપડાં, ધોલાઈ ને ખોરાકી શેઠને શિર હતાં. તેઓ ચોવીસેય કલાકના નોકર હતા, કારણ કે તેમને રહેવાનું જ મિલમાં હતું. ત્રણ મહિને શિવશંકર શેઠ આગળ પગારના નિર્ણય માટે ખડો થયો.

"આમ તો તમારું નામું ઘણું કાચું છે," શામજી શેઠે છેવટે નક્કી કરતી વખતે કહ્યું, 'પણ હવે બીજે ક્યાંય તમારો ટેટો બાઝતો નથી, તો અમે રૂપિયા બાર દેશું."

"અરે શેઠ ! ભાઈસાહેબ ! " શિવશંકરનું પાણી ઊતરી ગયેલ હતું. "ત્રણ મહિનાથી હું ઘેર માને દસ રૂપિઆ મોકલી શક્યો નથી. કાંઈક મહેરબાની કરો. બે વરસનો તો હું અહીં અનુભવી છું."

"ઠીક જાવ, પંદર આપશું, વધુ આપવાનું તો ધોરણ જ નથી."

ધોરણનું કામ પાકું હતું.

વીર વર્ષ પર આ શામજી શેઠ મૅટ્રિક સુધી ભણીને બ્રહ્મદેશ આવેલા ત્યારે તેના શેઠિયા ગાડી લઈને તેમને બંદર પર જાતે લેવા આવેલા. અત્યારે હવે જમાનો બદલી ગયો હતો. કાઠિયાવાડમાં કેળવણી અને બેકારી બંને બહેનપણાં સાધીને આગાળ દોડતાં હતાં. રંડવાળ માતાઓએ ઉછેરેલા અને જ્ઞાતિજનોએ છાત્રાલયો કરી કરીને ભણાવેલા છોકરાઓ છઠ્ઠી અંગ્રેજી અથવા મૅટ્રિક સુધી પહોંચીને પછી માનું છાણવાસીદું પડ્યું મુકાવવાની લાગણીથી અને એકાદ બૈરી પરણવાની મહેચ્છાથી આફ્રિકા-બર્મા તરફ ટોળાબંધ દોટ મૂકતા. બ્રહ્મદેશમાં બાબુઓ સસ્તા બન્યા હતા. થોડું અંગ્રેજી જાણનારાઓની પ્રાપ્તિ દસ વર્ષ પર આકરી હતી, હવે તે સહેલી બની હતી.

બે વર્ષ પર શિવશંકર આવ્યો ત્યારે માંડ વીસ વર્ષનો હશે. જૂનાગઢની એક બ્રાહ્મણ બોર્ડિંગ છોડીને એ પહેલવહેલો પોતાને ગામ માણાવદરમાંથી ગાડીમાં બેઠો, ત્યારે એની દશા માતાનું ધાવણ છોડતા શિશુ સમાન હતી. નાનપણે ધાવણ છોડાવતાં માએ જેમ છાતીએ કડવાણી ચોપડી હતી, તેમ સ્ટેશન પર વળાવવા ટાણે પણ માએ કડવા બોલ સંભળાવ્યા હતા : "ત્યાં જઈને પાછો રઝળતો નૈં અને જતાંવેત ખરચી મોકલજે. પગાર આવે તી પાછો ઉદાવી દેતો નૈં, ને ભાઈબંધુને કાગળ થોડા લખજે. ખબર છે, ગાંડા ! હવે તો છ મહિના પછી અઢી અઢી આનાની ટિકટું ચોડવી જોશે. સરકાર મૂવા આનાના અઢી આના કરવાના છે, તી અભાગણી રાંડીરાંડું કાગળ લખશે કેવી રીતે, ઈનો કાંઈ વચાર જ ન કર્યો ! એમાં પાછા છોકરાવને આજકાલ ભાઈબંધુ બૌ વધ્યા, એટલે ઈ ટાઈલાં કરવામાં જ ટપાલું ઢરડશે ! ઘરે હતો તયેંય કાંઈ ઓછી ટપાલું ઢરડતો ! કવર વગર તો ઘા ન કરતો. પતે તો હાલતું નહીં શેહજાદાને ! હવે ત્યાં કમાવા જાછ. હવે તું કોઈ છોકરું નથી. હું તને કહી રાખું છું કે તારે મનેય બેત્રણ મહિને કાગળ બીડવો, અઠવાડિયે અઢી-અઢી આનાની ઉઠાડતો નહીં."

ગાડી ઊપડી તે વખતે માએ જાણીબૂજીને આંસુડાં રોકવા માટે જ અવાં ઝેરકોચલાં પુત્રને પિવરાવ્યાં હતાં. પછી પોતે પાછી વળીને એકલી એકલી લાંબે રસ્તે ચાલતી, રોતીરોતી ઘેર પહોંચી હતી અને બે દિવસ સુધી પોતાને રાંધવું ફાવ્યું નહોતું. ચૂલામાં જે ધુમાડો થતો તે એને કોઈ પાડોશી જાણી ન જાય એ રીતે રોવાની અનુકૂળતા કરી આપતો.

માએ આપેલી શિખામણને તો શિવલાએ નવાગઢ સુધી પહોંચીને ભાદરના પાણીમાં જ પધરાવી દીધી હતી. અને આફ્રિકા જવા માટે નીકળેલા બોર્ડિંગવાળા દોસ્તની સાથે કાગળો નિયમિત અઠવાડિયે લખવાની જિકર માંડી દીધી હતી. બેઉ જણા ખરાવી ખરાવીને પરસ્પર પત્રવ્યવહારમાં પ્રમાદી ન રહેવાની સૂચનાઓ દેતા હતા. પંદર વર્ષથી લઈને યુવાન લગ્ન કરી કાઢે છે ત્યાં લગીનો વચગાળો પ્રત્યેક કિશોરને અને યુવાનને મિત્ર

સાથેના 'પ્રણય'નો, 'પ્યાર'નો (માત્ર સ્નેહનો નહીં), વિરહની યાતનાઓનો, ઝૂરવાનો અને તલસવાનો હોય છે; અને એ પત્રોમાં, પાછળથી સગી સ્ત્રી પણ જો ફાઈલ જુએ તો ઈર્ષાની આગ અનુભવે તેવા, ઉમળકાના ધોધ વહાવવાનો હોય છે. અને પાછળથી પરણે-પષ્ટે પછી બેશક તેઓ 'પ્રિય સુહૃદ' અને 'વહાલા' મટી કેવળ પરસ્પર 'ભાઈશ્રી' બની જાય છે. એવા એક આફ્રિકા જઈ રહેલ મિત્રથી વીરમગામ સ્ટેશને જુદો પડેલો શિવશંકર બ્રહ્મદેશ પહોંચ્યા પછી પહેલો પત્ર માને નહીં, પણ મિત્રને લખવા બેઠો હતો.

સ્નેહી સુહૃદ આત્મીય.... ભાઈ!

પત્ર મળ્યો. વાંચ્યો; જે આનંદ અને સંતોષ અનુભવ્યા તેનું વર્ણન નહીં જ થાય. ફરી પણ એ આશાએ પ્રતિપત્ર પાઠવું છું ને માનું છું કે આશા નિષ્ફળ નહીં જાય. છેવટ સુધી એ આશા રાખીશ, કારણ કે 'આશા એ તો મધુર-કડવો અંશ છે જિંદગીનો!; એની સફળતા તમારે હાથ છે.

લિ. તારો શિવ.

આનાથી જુદી જ ઢબે બાને કાગળ લખ્યો. તેમાં આશાની મધુરી કડવાશ કે એવું કાંઇ નહોતું. હતું નક્કર નિર્દય વાસ્તવ-

... ભાઈએ પૈસા આપ્યા હશે. ન આપ્યા હોય તો મંગાવી લેશો. હમણાં તો હું ખાસ મોકલી શકું તેમ નથી. પગાર ફક્ત વીશ થયેલ છે... કોઈ જાતની ફિકર ચિંતા કરશો નહીં... ભાઈને ત્યાં ભાભીને વંદન તથા છોકરાંને સંભાર્યાનું કહેજો અને પ્યાર કરશો. નીમુ ભાભીના ઘરમાં બધાંને સંભાર્યાનુ કહેજો. નાની તથા મોટી ભાભી અને કાકીને યાદ કર્યાનું ને વંદન કહેજો. એ જ. જે સંભારે તેને સંભાર્યાનું અને શારદુબેનને ઘટિત લખજો.

લિ. છોરુ શિવો.

ટોળટિખળ પણ સુહૃદો પરના પત્રવ્યવહારમાં જ ટપકતાં -

સુહૃદ ધીરેન્દ્ર !

પત્ર મળ્યો. વાંચ્યો, એક વાર નહીં પણ અનેક વાર. કાંઈ વૈવિધ્ય કે વૈત્ર્ય તો નહીં હતું છતાંય મારે માટે આકર્ષણ હતું જ.

પેલો હડમાન, દેવેન્દ્ર જટાશંકર બાબરાવાળો, અહીં છે. અચાનક જમણ વખતે ભેટો થઈ ગયો. ક-ક-ક કેમ છે? પૂછી જોયું હતું. વ-વ-વ વીરાણીનો પત્ર છે?

લિ. તારો શિવ.

બા પરનો તે પછીનો એક પત્ર -

પૂજ્ય તીર્થસ્વરૂપ માતુશ્રી,

આફ્રિકાથી વિનુનો કાગળ છે. તમને યાદ કરે છે. અને હું અને તે, બંને એક થાળીમાં સાથે બેસીને જમતા હોઈએ અને તમે જમાડતાં હો તેવાં સ્વપ્નાં દેખે છે, અને એવો અવસર ફરી ક્યારે આવે તેની રાહ જુએ છે.

લિ. છોરુ શિવો.

પણ જૂના શેઠની નોકરી છોડ્યા પછી બે મહિના પત્ર વ્યવચાર કરવાની 'સો' (તાકાત) જ ક્યાં હતી ! એ તક ફરી વાર છેવટે ભાંગ્યાના ભેરુ જૌહરમલ-શામજીની ચાવલ મિલમાં આવ્યા પછી મળી -

પ્રિય સુહૃદ ભાઈ વિનયભાઈ,

તા. ૭ નો પત્ર એક મહિને મળ્યો. ઘણા સમયથી વિચારતો હતો કે ક્યારે આવે? આવ્યો ત્યારે ઑફિસનું કામ પણ વેગળું મૂકીને વાંચવાની તીવ્ર વૃત્તિને આદર આપ્યો.

વાંચીને ઘણાયે વિચારો નજર સામે તરવરવા લાગ્યા. કેશમાં એકાદબે ભૂલો કરીને પણ સુધારી. ઘણાયે વિચારો આવે છે ને શમી જાય છે. હું-તું-બાવલો વગેરે ઘણાં ઘણાં જુદાં સ્વરૂપો નજરે તરે છે. તેમાં બર્મા, આફ્રિકા, કાઠિયાવાડ, રંગૂન, કીયુમુ ને માણાવદરમાં હું, તું, મિત્રો, સંગાં, ભાઈ, ભાભી વગેરેનો એકસામટો વિચાર-ખીચડો મગજમાં બડબડાટ કરે છે... અને પાછો શાંત થાય છે.

હમણાં થોડો વખત થયાં મગજ શાંત નથી. અનેક વિચારો ઘોળાયા કરે છે. તબિયતનું પણ ઠેકાણું નથી. ક્યાંથી હોય?

નિયમિતતાનું તો નામ જ નહીં. ક્યારેક ખુરશી પર આખો દિવસ કામ કરવું પડે તો ક્યારેક આખી રાત. અને ઑફિસનું કામ તો ડ્યૂટી મુજબ કરવાનું. નહીં મળે ફરવાનું કે

હરવાનું. બધુંય આ મિલમાં જ. બધામાં અમે સાત ગુજરાતીઓ, બાબુ લોકો કહેવાઈએ, પણ બધાએ ચોવીસ કલાકની ડ્યૂટી ભરવી જોઈએ. કારણકે બધું મિલમાં જ, બહાર જવાનું નહીં. એક જેલ જેવું છે. કોઈને માટે નિયમિતતા રહી નથી. અત્યારે પણ હું રાતના બે વાગ્યા સુધી આંહીં બેસીને જ સૂવા જઈશ. આ પાકા ચાવલની મિલ છે. કમોદને બાફ્યા પછી એ સુકાવવી પડે છે, અને તે બરાબર સુકાય છે કે કેમ તે વારંવાર જોવા જવું પડે છે. આજે રાતે જે ધાન સુકાય છે તે ચાખી જોવાનો વારો છે. આ કાગળ ટુકડે ટુકડે લખાય છે, કારણ કે વારંવાર જોવા જવું પડે છે. વળી હમણાં એક ભાઈ અમરજ્યોતિ, ધૂપછાંવ અને બીજી રેકર્ડો લાવેલ છે તે સાંભળીએ છીએ. તેમાં 'જીવનકા સુખ આજ પ્રભુ' એ પણ છે. બીજી ગુજરાતી અને હંસ પિક્ચર્સની પણ છે. એટલે આ જીવનમાં પણ થોડી મોજ કરીએ છીએ. હજુ તો અગિયાર થયા છે, પરંતુ પત્ર પૂરો થાય તેમ લાગતું નથી (કામને અંગે).

વહાલા વિનુ! તું તો ત્યાંનો મૅનેજર થયો છે, ને હું એક મામૂલી ક્લાર્ક છું, હો! વાંધો નહીં, હું પણ કાંઈક કરી બતાવીશ.

અમારે આંહીં મુંબઈ જેવો ઑટોમેટિક ટેલિફોન નહીં હોવાથી ઑપરેટિંગ હાઉસમાં નંબર જણાવવો પડે છે. ત્યાંનો એક ઑપરેટર સાથે મારે થોડી દોસ્તી છે. રાતે તે ડ્યૂટી પર આવે ને અમે નવરા હોઈએ તો રિંગ મારીને બે ઘડી ગપ્પાં મારીએ અને બીજી મિલોની, તેઓની હેડઑફિસોની વગેરે વાતો ચુપકીદીથી સાંભળીએ - થોડી ગમ્મત સાથે જાણવાનું મળે. જોકે ખાસ કરીને તેમાંના બધા ઉલ્લુ જેવા જ જણાયા છે. પણ ગમ્મત બહુ આવે.

(તા. વળતા દિવસની)

સુખદુઃખ દોનું એક બરાબર,
દો દિનકા મહેમાન.
વો ભી દેખા, યહ ભી દેખ લે,
દોનોંકો પહેચાન;
મૂરખ મન હોવત ક્યોં હેરાન?

વિનુભાઈ, કાલે બહુ જ વિચાર હતો કે પત્ર પૂરો કરું. પણ ન કરી શક્યો. કાલના પત્રમાં રીતસરનું લખાણ નહીં મળે, કારણ કે તે બધું કુલીઓ અને બર્મી કામ કરનારાઓ સાથે વાતો, ઑર્ડર અને સમજાવટ વગેરે જાતની 'ડિસ્ટરબન્સ'માં લખાયેલ છે.

તું કહે છે તેમ મહેનત-મજૂરી સાથે બુદ્ધિને અણબનાવ રહે છે. તેનું શું? હમણાં હમણાં મહેનત કરું છું તો મગજ ઠેકાણે નથી. પરંતુ તે શારીરિક મહેનત નથી એટલે એમ થતું હશે - જે હોય તે, મારું તો શરીર અને મગજ બેઉ બગડ્યું છે. ઉજાગરા અને અનિયમિતતાને અંગે. ફિકર નહીં, થોડા વખતમાં તેને પહોંચી વળીશ.

અહીંના બરમા લોકોનું જીવન ભારે વિચિત્ર અને જંગલી જેવું હોય છે. અહીં ધાન સૂકવવા આવતી બર્મી સ્ત્રીઓને પોણા છ આના મળે, એમાં એક દિવસ વચ્ચે પડે તો બીજે દિવસે ખાવાનાય સાંસા. જે મળે તે વાપરી નાખવાનું અને શેઠાણીઓ થઈ ફરવાનું. પછી ભલેને ધાનની પચાસ પાઉંડની ટોકરી ઉઠાવતી હોય. પરંતુ વાયલનું ભરતવાળું ફ્રોક તો જોઈએ જ. બરમાઓની ચામડી ગોરી હોય છે, પણ જેને 'ચાર્મિંગ બ્યૂટી' કહીએ તેવું બહુ જોવામાં નથી આવતું. આપણે અણીઆળા નાકને 'ચાર્મિંગ' કહીએ, તો તે લોકો જેમ વધુ ચીબું તેમ વધુ પસંદ કરે. મેં તો સાંભળ્યું છે કે બાળક નાનું હોય ત્યારથી નાક દાબ દાબ કરીને ઈરાદાપૂર્વક ચીબું બનાવે છે. નીતિનું ધોરણ પણ બહુ ઊચું નહીં. ક્યાંથી હોય? ગરીબી હોય ત્યાં નીતિ પાળવી બહુ મુશ્કેલ છે.

આજે પણ લગભગ ૧૧ થયા છે. સવારે પોણા ત્રણે ઊઠવાનું છે. એટલે પત્ર પૂરો કરીશ.

મારી પેઠે તને તારા શેઠ અમારા પરામાંથી શહેરમાં નહીં બોલાવતા હોય. એકાએક મૅનેજર પર ટેલિફોન આવે કે શિવશંકરને રવાના કરો, જરૂરી કામ છે. થોડાક મોડા થઈએ તો શેઠજી કહેશે કે 'કેમ મોડા થયા? મને તમારા પર ગુસ્સો તો બહુ આવે છે. તમને શું કહેવું?' પછી પૂછું કે શું કામ હતું? ત્યારે 'ઓરા આવો, ક્યાં આઢશું?' એવું જ બતાવે. મનમાં મનમાં ભારે હસવું આવે છતાં મોંએ ભૂલ કબૂલ કરી લેવી પડે, અને ત્યારે એને મોટો જંગ જીત્યા જેવું લાગે.

આંહીંના અમારા મૅનેજર પણ જુવાન અને કુંવાર ફક્કડ છે. પણ બર્મી લોકોનો દોષ કે કદરૂપાપણું એમને દિલે વસતાં નથી, એથી અમે એ જાણી જાય તેમ બર્મી લોકોના અવગુણ ગાતા નથી.

એને પગાર શું મળે છે, કહું? ચકિત થતો નહીં. રૂપિયા રોકડા પાંત્રીસ, અને અમારી સાથે શેઠિયા તરફના બાસામાં અમારી જેમ જ ખાવું, પીવું તથા ધોબી-હજામત.

લિ. તારો શિવો

પરણી લીધું

શિવશંકર લખતો કે, આંહીં તો મરતાં સુધી હજાર રૂપિયાનો જોગ થઈ શકે તેમ નથી.

મા લખતી કે "દીકરા, હું તો આપણા ઊંચા કુટુંબનું અભિમાન મૂકી દઇને નીચલાં કુળોમાં પણ તપાસ કરું છું. તારા પિતૃઓ કદાપિ સ્વર્ગલોકમાં કચવાશે, કે પહેલી જ વાર આપણા ઘરમાં અસંસ્કાર પેઠો. પણ સંસ્કાર સંસ્કાર કરતાં તો તું કુંવારો રહી જઈશ તેની મને ઘણી ચંત્યા રહે છે. સંસ્કાર તો આપણામાં હશે તો પારકી દીકરીમાં આવી રહેશે. માટે તું કબૂલ કરતો તજવીજ કરું. તોય તે રૂ. 500 તો બેસશે જે. માટે તેટલાની તજવીજ કરજે."

જવાબમાં શિવે રોકડું પરખાવેલું કે, "બા, આપણે કુળને હેઠું પાડીને પિતૃઓને કોચવવાની જરૂર નહીં જ પડે, કારણ કે મારી કને રૂ. 500નો વેંત કદાપિ થવાનો નથી. તમે એ સૌ કન્યાઓનાં પિતામાતાઓને રાહ જોવરાવી રાખશો નહીં."

બસ, તે પછી શિવાની આંખોએ કબૂલ કર્યું કે બર્મી સ્ત્રીઓ રૂપાળી છે ! બીજો એકરાર એણે એ કર્યો કે કાઠિયાવાડની કન્યાઓ પરણવા લાયક નથી. ત્રીજી ગાંઠ એણે મનથી એ વાળી કે કાઠિયાવાડને ને મારે હવે શો સંબંધ રહ્યો છે ! મારું સાચું વતનતો આ બ્રહ્મદેશ જ છે. મા મરી જશે; પરણેલી બહેન તો જીવતે મૂએલી છે !

પછી રાતપાળીના સુકાતા ચાવલની દેખરેખ એને ગમવા લાગી. રાત્રીએ પોતે દિવસભરની ચાવલ-ખરીદીઓનો રિપોર્ટ તૈયાર કરવા બેસતો તેવામાં મજૂરણોનાં પુષ્પોની મહેક એના મનમાં મીઠી વ્યથા પેદા કરતી. અંબોડા છોડી છોડી ફરી ઓળી, ફરી વાર બાંધતી બાઈઓ એના મેજ પર આંટા મારવા આવતી અને પુષ્પોનો એના મેજ ઉપર ઢગલો કરતી. માતાહીન, સંસારમાં કોઈ પણ સ્વજનના સુંવાળા સંપર્ક વગરના, નોનમેટ્રિકિયા છતાં સાહિત્યના જળે સિંચાયેલ અને વેરાનવાસી છતાં ગ્રામોફોનનાં સિનેમાગીતોએ સુકુમાર શબ્દસંગીતના સ્પર્શથી ભાવનાએ ભીંજાયેલા આ યુવાન શિવાને બ્રહ્મદેશની ભૂમિની માદક સોડમ આવવા લાગી.

મિલના બાસામાં જે જમવાનું મળતું તે ધરમૂળથી ખરાબ તો હતું જ, પણ એક દિવસ શિવશંકરને એનો કુસ્વાદ એકાએક અસહ્ય બન્યો. થોડા વખતે એણે બાસો છોડ્યો, અને પરામાં એક્ દૂરને સ્થાને ઓરડી લીધી. એના પોશાકમાં નવી ચમક ઊઠી. એ દીન મટી રુઆબદાર બનતો ગયો. અને એણે એક નવી બાઇસિકલ વસાવી. રોજ એ દૂરથી સાઇકલ પર જતો-આવતો થયો. સાથીઓમાં ચણભણ ચાલી. રતુભાઇને કાને એક દિવસ

વિસ્મયકારી વાત આવી. એણે શિવશંકરને એકાંતે લઈને પૂછી જોયું. શિવે શરમાતાં શરમાતાં કહ્યું -

"હું તમને બધું કહેવાનો જ હતો. આજે જો આવી શકો. તો મારે ઘરે ચાલો."

રસ્તે શિવશંકરે પોતે એક બર્મી સ્ત્રી સાથે લગ્ન કર્યાની વાત કહી : "દેશમાં મને કોણ બ્રાહ્મણની કન્યા દેવાનું હતું ? હું પરણ્યા વગર રહી શકું તેટલું મારું સામર્થ્ય નહોતું"

"કશી ફિકર નહીં, સારું કર્યું." રતુભાઈએ શાબાશી આપી અને એને ઘેર ચાલ્યો.

એક મોટા મકાનની બે ઓરડીઓમાં શિવે ગૃહસસંસાર માંડ્યો હતો. મહેમાનને જોતાં જ એક ગુજરાતી પોશાકવાળી સ્ત્રી પાછલા કમરામાં જઈને લપાઈ ગઈ, અને ત્યાંથી એણે શિવની સાથે મહેમાન સારુ મેવાની રકાબી અને પાનનો ડબો મોકલ્યાં.

રતુભાઇએ આ મુલાકાત કંઈક ભારે હૃદયે પૂરી કરી અને બહાર નીકળી શિવને કહ્યું : "એનાં માબાપ છે ?"

"હા, આ ગામમાં જ રહે છે."

"એમણે સંમતિ આપી હતી."

"હા, પૂરેપૂરી."

"સંબંધ સાચવ્યો છે ?"

"ખાવાપીવા સિવાય જેટલો સચવાય એટલો." "કેમ ?"

"એ લોકો એની પુત્રીને પોતાનો મચ્છીનો ખોરાક ખવરાવે છે. મને પસંદ નહોતું."

"પણ એને પોતાને પસંદ હતું કે નહીં ?"

"ના, એ પણ હવે તો મચ્છીને ધિક્કારે છે."

"ધર્મ?"

"ધર્મ બાબત મેં એની સ્વતંત્રતા સ્વીકારી છે. એ છૂટથી ફ્યામાં જાય છે."

"તું સાથે જાય છે ખરો?'

"ના."

"ત્યારે હું કહું છું કે તારે એની સાથે ફયામાં જવું જોઇએ બુદ્ધ ભગવાનનાદેવળમાં આપણે શા સારુ ન જવું?"

"હવેથી જઈશ."

"ખેર, હવે એક નાજુક પ્રશ્ન પૂછું. તું એને ઓઝલ પળાવે છે?"

"ના."

"લાજ કઢાવે છે?"

"ના."

"તો એ પાછલા કમરામાં કેમ પેસી ગયા?

"એની જાણે જ. એને એક કડવો અનુભવ થયો છે."

કડવો અનુભવ! રતુભાઈના પેટમાં ફાળ પડી. કોઈ મિત્રની મેલી ચલગતનો અનુભવ હશે!

"મારા કેટલાક સગાસંબંધી બ્રાહ્મણો આંહીં આવી પહોંચેલા. તેમણે મારી સ્ત્રીની હાજરીમાં જ મને ગંદા વેણ સંભળાવ્યા, કે તું વટલી ગયો, ભ્રષ્ટ થયો, બ્રાહ્મણ દેહને નષ્ટ કર્યો; હવે તું જોઈ લેજે, તારી છાંટ સરખી તો અમે નહીં લઈએ, પણ તું મરશે તો તારા શબને ઉપાડી અગ્નિસંસ્કાર કરવા પણ અમે નહીં ડોકાઈએ. ભલે પછી આ તારી બર્મી મઢ્યમડી તારા મડદાને ઘરમાં સાચવીને તારી પાછળ મહેફિલો ઉડાવે વગેરે વગેરે."

"આની હાજરીમાં બોલ્યા?"

"હા.

"આને એમાં શી સમજણ પડી?"

"એણે હિંદી શીખી લીધું છે."

"શું કહે છે!"

"સાચું કહું છું. મને ગાળો દઈને એ બધા મારું સ્નાનસૂતક કાઢતા હોય એ રીતે ચાલ્યા ગયા. ત્યાર પછી મારી સ્ત્રી ગુજરાતીઓથી ડરે છે. એમનાથી મોં છુપાવી રાખે છે."

"મારે તો તારી સ્ત્રીને અભીનંદન દેવાં હતાં."

"ફરી વાર તમે આવશો ત્યારે એ નહીં છુપાય. હું એને સમજ પાડીશ."

"મને તો બીજું કંઈ નથી, પણ એણે એક ગુજરાતીને પરણવામાં કમનસીબ ભૂલ કરી છે એવી અસર ન જ રહેવી જોઈએ. એણે ગુજરાતી પોશાક ધારણ કર્યો લાગે છે."

"હા"

"તે પણ આપખુશીથી?"

"હા, એને આપણો છૂટો ઘેરદાર પોશાક બહુ ગમે છે."

"પણ એના બ્રહ્મી સંસારમાં જે ઉચ્ચ તત્વ, સ્ત્રીની પુરુષ સમોવડી કક્ષાનું જે તત્વ છે તેને આપણે નષ્ટ ન કરવું - ન થવા દેવું જોઇએ. પુરુષોથી અણદબાતી, પુરુષોને ખખડાવી નાખતી, પુરુષની ગુલામીને બદલે આપખુશીથી પુરુષોની સેવા કરતી બ્રહ્મી નારી ગુજરાતી બનવામાં ગર્વ ધરે તેવું કરવું જોઈએ. આપણા ઘરમાં આવીને એને અમુક સ્વતંત્રતા ગુમાવવી કે જતી કરવી પડી છે તેવું તો એના અંતરમાં કદાપિ ન આવવું જોઇએ."

"આંહીં કોઈ ગુજરાતી રહેતું નથી. ચોપાસ બ્રહ્મદેશીઓ જ છે, અને તેમનામાં એ છૂટથી જાય-આવે છે." "પણ તું એની જોડે ફ્યામાં તો જરૂર જતો રહેજે. હું ફરી વાર આવીશ."

"હું તમને જરૂર તેડી લાવીશ."

"તારે કોઈથી શરમાવું નહીં. તેં લેશમાત્ર બૂરું પગલું ભર્યું નથી. તને ગાળો ભાંડનારાનો દોષ નથી."

"તેમાંના બે-ત્રણ જણ તો ગરમીના ગુપ્ત રોગના ભોગ થઈ પડ્યા છે."

રતુભાઈને હસવું આવ્યું. તેમણે કહ્યું: "બીજું શું થાય!"

ઝેરનું જમણ

રતુભાઈ પાછો આવીને જ્યારે બાસામાં જમવા બેઠો ત્યારે એને ત્રાસ છૂટી ગયો. ખાદ્ય પદાર્થોનાં દુર્ગંધ અને કુસ્વાદ તે દિવસે હદ વટાવી ગયાં હતાં. ચોખ્ખું વેજિટેબલ ઘી, હલકામાં હલકી સોંઘી દૂધીનું શાક, રબ્બરની બનાવેલ છે કે આટાની તે નક્કી ન થઈ શકે એવી તેલે તળેલી પૂરીઓ: ખાધા વગર જ એ ઊઠી ગયો અને એણે પોતાના પાંચ ગુજરાતી સાથીઓને પહેલી જ વાર કહ્યું: "તમે બધા હદ કરો છો. આ રસોઈ તો ઢોરના પેટમાં પણ રોગ પેદા કરે તેવી છે. તમે આ કેમ કરીને આરોગો છો?"

"શું કરીએ?" ફિક્કાંફચ મોઢાં માંડ માંડ બોલ્યાં: "બપોરે ઢાંઈ (નદીના ઘાટ કે જ્યાં વેચાવા આવતી કમોદની ખરીદી થતી) ઉપર તો અમને ચા અને આવી પૂરીનું જમણ પહોંચાડે છે. કાળી ગરમીમાં એ ખાઈને અમારે ખરીદીની ધડાપીટ કરવી પડે છે. કોને કહીએ?"

"શેઠિયાઓને."

"અમારી શી ગુંજાશ? તુરત કાઢી મૂકે."

"હું કહું તો?"

"તો મહેરબાની

"પણ તમે મારે પક્ષેથી ખસી જશો નહીં ને?"

"ના;" કહેતા છયે જણાએ એક બીજા સામે જોયું.

"જોજો હો, હું તો એક ઘા ને બે કટકા કરીશ."

"હો".

વળતે દિવસે શેઠિયાઓની મોટર-બોટ ગાજી અને કોઈ કોઈ મોરલા ઊડ્યા. બધા બાબુઓની વચ્ચે ઓફિસમાં જ રતુભાઈએ તાંડવ માંડયું.

"તમે તે શેઠ, અમને શું ઢોર ધારો છો? અમારા પેટમાં ઝેર શા સારુ રેડો છો? અમે બે હજાર માઇલથી આંહીં એક ફક્ત પેટ પૂરવા આવીએ છીએ, અને તમે અમને વિષ જમાડીને છેતરો છો, નજીવા પગાર આપો છો. અને કહો છો કે જમાડીએ છીએ. શું ઝેર જમાડીને અમારી પાસેથી કામ લેવું છે?

"તમને, મિસ્તર!" મારવાડીના ભાગીદાર કાઠિયાવાડી શેઠિયા શામજીભાઈએ શાંતિથી દાઢીને શબ્દો કાઢ્યા: "બોલવાનું ભાન નથી; તમને અમે ભાઇબંધની ભલામણથી રાખ્યા એ જ ખોટું કર્યું.

"ખોટું કર્યું હોય તો ભૂલ સુધારી લ્યો, શેઠિયા. બાકી આવો ખોરાક તો નહીં જ ચાલે."

"તો તમારે શું હુલ્લડ જગાવવું છે?"

"એમ પણ થઈ શકે."

"તમારામાં ગરમી બહુ છે." "એ ગરમીનો ભડકો કરનારું આ તમારું ગાયછાપનું ચોખ્ખું વેજિટેબલ છે અને સસ્તામાં સસ્તા ખરીદાતાં શાકભાજી છે."

"ઘેર શું ખાતા?"

"ઘેર તો મા ધૂળ રાંધીને દેતી તે પણ ખાતા. આંહીં અમારી મા નથી. શેઠ, આંહીં તો પાણી પાઈને મૂતર જોખી લેનારા તમે છો."

"ભાઈ, આંહીં કાંઇ તમે સાયબી માગો તો અમે ક્યાંથી દઈએ?"

"સાયબી! અરે શેઠ, હું તમને જાણું છું. જેતલસર જંકશને તમે વીશ વર્ષ પર ભજિયાં તળતા હતા. આજે અહીં બે-ત્રણ મિલોના ધણી બન્યા છો. એ કોણે રળી દીધું? તમારી સાહેબી તમને મુબારક ભલે રહી, ફક્ત અમને ઝેર ન જમાડો."

"ઠીક, મને ક્લબમાં એકલા મળજો. બધું ઠીક કરી દેશું."

ત્રણચાર દિવસમાં જ રતુભાઈને શેઠિયાઓએ અમૃતનો સ્વાદ ચખાડ્યો. ધાનની ખરીદીમાં કાંઈક ગોટાળો ઊભો થયો, અને તેમાં રતુભાઈની ભાગીદારીને ભોપાળારૂપે બહાર પાડવામાં આવી. કાઠિયાવાડી શેઠિયા રતુભાઈની ગરદન પર ચડી બેઠા.જેવા રતુભાઇએ સૌની વચ્ચે શેઠને બદનામ કરેલા તેથી સો ગણા કલંકિત રતુભાઇને શેઠે કર્યા. પછી એને પોતાની ઓફિસમાં એકલા લઈ ગયા, અને મારવાડી ભાગીદાર જૌહરમલ શેઠ પાસે હાજર કર્યા.

એક આંખનો ઊંચો મિચકારો મારીને મારવાડી શેઠે કહ્યું, "દેખો મેનેજર, એક દફે ગલતી કબૂલ કર દો, પીછે બસ, હમ યહ મામલા બંધ કર દેંગે."

"શું કબૂલ કરું? તરકટ? એ કરતાં શેઠ, હું છૂટો થવું પસંદ કરીશ."

"તબ તો અચ્છા, પગાર લે જાના.

"લે જાના નહીં, અભી જ દે દો શેઠજી."

"નૈ, ઓફિસ પર આ કે લે જાના."

"સારું.

રતુભાઈ છૂટો થઈને રહેમાન મિલમાં રહ્યો.

બાબલો

બજાર સાવ નજીક હતી. એક ઝવેરી બ્લૉકની પછવાડે જ ઢો-સ્વેની દુકાન્ હતી. ત્યાં દુકાને બેસતી નીમ્યા વારંવાર આ હેમકુમંવરબેનના રાભડા બાળકને તેડી લઈ જવા લાગી.

દુકાને દુકાને બેસતી બ્રહ્મી યુવતીઓ આ બાળકને દેખે કે તુરત 'કાંઉલે તૈલ્હારે !' (કેવો રૂપાળો બાળક !)નાં રટણ કરવા લાગે. એકબીજી બાળકની ઝૂંટાઝૂંટ કરે, અને બાળક પાછો ઘેર આવે ત્યારે એના ગળામાં કાં તો સોનાની એકાદ ચેઇન પડી હોય, કાં એના કાંડામાં એકાદ કડું પડ્યું હોય. રમકડાંનો તો પાર ન રહે.

એક દિવસ તો હેમકુંવરબહેનનું હૈયું અધ્ધર આકાશે ચડી ગયું. બાબલાને લઈને નીમ્યા કોણ જાણે ક્યાં ચડી ગઈ. ગોતાગોત થઇ પડી. પત્તો મળે નહી. નીમ્યાને આટલા વખતથી ઓળખવા છતાં બાબલાની બાનો જૂનો ભય પાછો જીવતો થયો. છોકરાને ભરખ્યો હશે આ કામરૂ ત્રિયાએ ? કે ઢાંઉ (મોરલો) બનાવી દીધો હશે ? કે શું એનો જીવ બર્મીઓના પ્યારા પશું સીં(હાથી)ના ખોળિયામાં મૂકી દીધો હશે ? હાય રે, પોપટ બનાવીને પાંજરામાં તો નહીં પૂરી દીધો હોય !

ડો. નૌતમની મોટરે દોટાદોટ મચાવી મૂકી, મોટર નદીકિનારા ખૂંદી વળી.

નીમ્યા તે વખતે બાબલાને લઈને એક ફ્યા-ચાંઉમાં (મઠમાં) પેઠી હતી. એક કુંગી પાસે એ બાબલાના સાથળ પર છૂંદણું મંતરાવવા મથતી હતી.

"ફયા !" એણે વિનંતી કરી, "આને મારા મામાને હતું તેવું બિલાડીનું જ છૂંદણું પાડી દેજો હો !"

"તારા મામા કોણ ?"

"સયા સાન થારાવાડીવાળા -"

નીમ્યાએ આ નામ લેતાં જ કુંગી ચમકી ઊઠ્યા. એણે કહ્યું : "બાઇ, તું જા અહીંથી."

"કેમ ? એ છૂંદણાના પ્રભાવથી તો મારા મામા સયા સાન બિલ્લીપગા બન્યા હતા. આખી સરકારને એણે હંફાવી હતી. કોઈ એ બિલ્લીપગાને પકડી નહોતા શકતા. ખબર છે?"

"અરે છોકરી ! એનું નામ અહીં ન ઉચ્ચાર. ગવરમેન્ટ અમારા ચાંઉ ચૂંથી નાખશે."

"ઠીક, તો કંઈ નહીં, ઠોં પેલાયબા." (એક ચૂનાની મંતરેલી ગોળી આને ખવરાવો કે જેથી આ વહાલું બાળક એવું વીર બને કે તેને કોઈની ધા ન લાગે.)

એમ વાત કરતી હતી તે વખતે પાછળથી એના બરડા પર કાંઇક સંચાર થયો. કટ એવો અવાજ થયો : પાછી ફરીને જુએ છે તો એક બીજો ફુંગી હાથમાં મોટી કાતર લઈને ઊભો હતો ને એ રોષભર્યો તિરસ્કારભર્યો હસતો હતો.

"શું કર્યું ?" કહેતાં નીમ્યાએ પાછળ હાથ ફેરવ્યો, એની એંજી કપાયેલી હતી !

"શરમ નથી આવતી ?" ફુંગી ઠપકો દેવા લાગ્યા. હજુ પણ પરદેશી પાતળાં વાયલ પહેર છ? આ છોકરું કોઈક લોકટોળામાં તારી એંજી પકડીને ઊભું હશે, તો એંજીનો છેડો ફાટી જઈ એના હાથમાં રહેશે, ને તું તો ક્યાંઈ આગળ ચાલી ગઈ હોઇશ ! બર્મી ઓરતો ! પરદેશી પાતળાં વસ્ત્રોને ત્યાગો. ઢો ભમા ! (આપણે બ્રહ્મદેશી છીએ.)"

નીમ્યા ચૂપચાપ લજવાતી ઊઠી ગઈ. બ્રહ્મી સ્ત્રી બીજાં બધાં પાસે સિંહણ સરીખી, પણ ફુંગીઓ આગળ મિયાંની મીની બનતી. કાતર લઈને ફુંગીઓ તેમની એંજીઓ કાપતા. પ્રદર્શનોમાં એવાં ચિત્રો બતાવતાં હતાં કે બ્રહ્મી સ્ત્રી પરી બનીને કોઈ સાથેના પ્યારમાં ઊડી જતી હોય, ને બાળક નીચે ઊભું ઊભું રોતું હોય; એના હાથમાં માની તકલાદી એંજીનો તૂટેલો ટુકડો બાકી રહ્યો હોય; વિદેશી વસ્ત્રોનો બ્રહ્મી બહિષ્કાર આટલી આકરી હદે પહોંચી ગયો હતો.

બાબલાને લઈને એ તો ઉપડી એક ફોટાગ્રાફરને ત્યાં. "મારા બાબલાની જલદી તસવીર પાડી આપો. એવી તસવીર ઉતારો કે જોનાર છક થઈ જાય."

"ચાલો જલદી. બેસો ઝટ અહીં, હવે બરાબર ધ્યાન રાખો. ઓ.કે. પાડી લીધી. બસ ઊઠો." બર્મી ફોટોગ્રાફરે લબડધબડ કામ પતાવ્યું.

"શું ધૂળ ઓ.કે. !" નીમ્યા છેડાઇ પડી. "હજૂ તો છોકરાને સરખો બેસાડ્યો પણ્ નથી, હજુ હું પૂરી તૈયાર પણ થઇ નથી, ત્યાં બસ ઓ.કે. ! તમે રોયા બર્મી ફોટોગ્રાફરો તે છબી પાડો છો, કે મશ્કરી કરો છો ?"

એવા પાંચ-પચીસ બોલ પકડાવીને નીમ્યા બાબલાને લઈ ત્યાંથી સીધી પહોંચી જાપાની ફોટોગ્રાફર પાસે.

લળી લળીને મીઠા આદરબોલ ઉચ્ચારતા જાપાની સ્ટુડિયોવાળાએ શાંતિથી નીમ્યાની અને બાળકની બરદાસ્ત માંડી. પ્રથમ તો એણે બાબલાના હાથમાં બિસ્કિટ પકડાવી દીધી. પછી એણે નીમ્યાની સામે અનેક 'પોઝ'ના નમૂના મૂકીને વિનયથી પૂછ્યું : "આમાંથી તમને કયો પોઝ ગમશે ?" પછી એની પાસે અનેક પ્રકારનાં વસ્ત્રો-પોશાકો પાથર્યાં. "કહો, આમાંથી કોઈ એક પોશાક પહેરીને પડાવશો ?" "આ બેઠક ગમશે ?" "આ ઝાડનાં કૂંડાં મૂકું?" "લ્યો, આ રમકડાં એના ખોળામાં મૂકો." "વાહ રે ! માને બાળક બેઉ કેવાં સુંદર છે ! આવાં મા-બાળક તો ભાગ્યે જ અમને બરદાસ્ત કરવા મળે છે," વગેરે વગેરે.

પોતે મા ને આ પોતાનું બાળક, એ વાતનો તો નીમ્યાને મીઠો નશો ચડ્યો. પોતે આની મા નથી એટલું કહેવાનું પણ એને મન ન થયું. સાચી માસ્વરૂપ બની જઈને જ એણે જુદા જુદા પોઝ પડાવ્યા અને જ્યારે એ ડૉ. નૌતમને ઘેર ગઈ ત્યારે હર્ષઘેલી બની હતી. પણ હેમકુંવરબહેને એના હર્ષનો કેફ બેચાર શબ્દોમાં જ ઉડાડી મૂક્યો.

તે વખતે તો નીમ્યા ક્ષમા માગીને ચાલી ગઈ, પણ વળતા દિવસે એણે જાપાની ફોટોગ્રાફર પાસેથી તસવીરો લાવીને હેમકુંવરબહેનને ઝંખવાણાં પાડી દીધાં.

"હું તમને કહું છું ને !" નીમ્યા બકવા લાગી : "કે અમારા બરમા ફોટોગ્રાફરો તો રદ્દી છે રદ્દી. આ જાપાની લોકો ખરેખર અમારા મિત્રો છે. મારો કો-માંઉં (મોટો ભાઇ માંઉં) સાચું જ કહેતો હતો કે આ જાપાનીઓ આપણા સાચા મિત્રો છે. બાબલો પણ કેવો ડાહ્યો ! સમજતો હતો કે પોતે છબી પડાવે છે. બરાબર્ ડાહ્યોડમરો બનીને બેઠો હતો. મારી ગોદમાં બરાબર ફિટોફિટ સમાઈ જાય છે, હો ! અન્ એજાપાની ફોટોગ્રાફરો તો બચાડા ભુલાવામાં જ પડી ગયા કે આ મારું કાંઉલે છે. હી-હી-હી"

"તને તારું કાંઉલે ગમે ?" હેમકુંવરે હાંસી કરી.

"હા...આ...આ ! કેમ ન ગમે ? બહુ ગમે. મારા કાંઉલેને તો હું મારા મામા જેવો બહાદુર બનાવીશ. એની જાંઘે તો હું બરાબર મારા મામાના જેવું જ બિલ્લી-છૂંદણું પડાવીશ."

"કોણ પાડે ?"

"અમારા ફુંગીઓ પાડે. મંતરી આપે. પછી એ બિલ્લી જેવો દોડે, કોઈના હાથમાં ન આવે, કોઈના હાથે ન મરે. હું તો બાબલાને ય પડાવવા ગઈ'તી. પણ પાડી ન આપ્યું."

"હાય હાય ! આને તું છૂંદણું પડાવવા ગઈ'તી ! હેમકુંવરબહેન ચોંકી ઊઠ્યાં.

"નહીં ત્યારે ?" મારા મામા સયા સાન જેવો એને શૂરવીર કરવો હતો. પણ્ ફુંગી માન્યા નહીં. અમારા ફુંગીઓ તો જબરા કામરૂ ! આવાં આવાં કામણ જાણે. મામાને એમણે જ અજિત બનાવ્યા'તા. કાંઈ ફિકર નહીં. હવે તો મારો કો-માંઉ (મોટો ભાઈ માંઉ) ફૂંગી બન્યો છે ના ? એની પાસે છૂંદણું મંતરાવશું."

"માંઉ શું ફુંગી બન્યો?"

"હા જ તો. ઘેરથી સટકી ગયો છે. તે ચાંગઉ-મ્યો જઈ ફુંગી બન્યો છે, છૂપો ફુંગી હાં કે ? કોઈને ખબર નથી. મને જ જણાવ્યું છે.:

આમ નીમ્યાની વાતોને થોભ નહોતો. ડૉ. નૌતમ દરદીઓને રઝળતાં મૂકીને વારંવાર નીમ્યાની વિવેચના આલોચના સાંભળવા ઘરમાં આંટા મારતા હતા, અને એની કલ્પના ભૂતકાળમાં જઈ જઈ જોતી હતીઃ પિતા જ્યારે અહીં હશે ત્યારે આજની બુઢ્ઢી ડો-સ્વે પણ આવડી જ હશે. પિતાની જોડે આવી વાતો કરતી હશે, આવું જ માધુર્ય રેલાવતી હશે, આવી જ નિછાવર બનતી હશે. હું જો આ ઢો-સ્વેનો જ પુત્ર હોત, તો શું વધુ સારો, વધુ રૂપાળો, વધુ સુકુમાર ન બન્યો હોત! પિતાનાં છાનાં હૃદયસંવેદનોને નૌતમ પોતાના અંતરમાં અનુભવી રહ્યો. એનું દિલ એકલું એકલું બોલવા લાગ્યુંઃ

'પેટે પાટા બાંધીને પણ બચત કરી પોતાના દેહ શણગારવા વસાવેલાં આભરણોને બ્રહ્મી રમણીઓ પારકા બાળક પર ન્યોછાવર કરતી. બાળકને લાડ લડાવવામાં જે અગાધ સુખની પળો તેમને સાંપડી જતી તેને મુકાબલે સોનાં-હીરા શા હિસાબમાં હતાં ! ને બાળક સમ અમૂલ્ય નિજ આભરણને પૃથ્વીકોટે પહેરાવતા ફ્યાજી (પ્રભુ) પોતે જ શું ઉડાઉ નહોતા? બ્રહ્મી નારીઓના કંઠની અવ્યક્ત વાણીને ઉકેલીએ તો આવા કોઈક ભાવો એમાં રમતા લાગે.

હેત અને નિછવરપણાની આ છોળો બ્રહ્મી નારીને હૈયે કોણે મૂકી? હજાર ખોળલાવાળી જળભરપૂર ઇરાવદી નદીએ? ટીંબરનાં ને ઘાસના અઢળક જંગલો વેરનારી સભરભર વનશ્રીએ? કમોદના અગણિત પાક આપતી વસુંધરાએ? કે બુદ્ધ ભગવાને ?

'ફ્યાને માલૂમ!'

હુલ્લડ

ગામેગામની ફુંગી-ચાંઉ ખળભળી હાલ્યા હતા.

ફ્યાજીનાં મંદિરો ફરતાં પાંચ-પાંચ દસ-દસ મઠોનાં ઝૂમખાં આવેલાં હતાં. પ્રત્યેક મઠમાં ફુંગીઓની મોટી સંખ્યા રહેતી. પીતવસ્ત્રધારી, મુંડન કરાવેલા, કરાલકાલ ફુંગીઓ. દેવમૂર્તિઓના દેહ પર બ્રહ્મદેશીઓ સોનારૂપાનાં જે પતરાં ચોડતાં એની માલિકી ફૂંગીઓની હતી. એ સાધુઓ રેલવે વાહનોના વ્યવહાર કરી શકતા, પૈસાટકા રાખી શકતા, મનગમતી વસ્તુઓ ખરીદી શકતા, શાસ્ત્રાભ્યાસની માથાફૂટમાં ઝાઝા ઊતરતા નહીં, ઇન્દ્રિયસુખો પ્રત્યે ઝાઝી સૂગ રાખતા નહીં. શ્રદ્ધાળુ પ્રજા એમને ગમતી, જ્ઞાનવિદ્યામાં અનુરક્ત ફુંગીઓ હતા, પણ પ્રમાણમાં ઘણા થોડા.

બર્મી છાપાં તેમણે વાંચ્યાં હતાં. સુરતના કોઈ પટેલ નામે હિંદી મુસ્લિમે પ્રકટ કરાવેલી સાત વર્ષ પૂર્વેની એક ચોપડી તેમની પાસે પહોંચી ગઈ હતી. એ ચોપડીમાં ફુંગીઓના આચારવિચારો પર કાતિલ રોશની છંટાયેલી હતી. પણ તેની સામે ઇસ્લામનું પ્રતિપાદન હતું. હિંદમાં 'રંગીલા રસૂલ' લખનારની જે વલે થઈ હતી તે કરતાં ઘણી વધુ ભયંકર ખાનાખરાબી આ લેખકે-પ્રકાશકે અહીં પોતાની કોમને માથે નોતરી. ફુંગીઓના પ્રકોપની પ્યાલી છલકાઈ પડી.

યાંગઉં નગરમાં ફુંગીઓનું રોષ-સરઘસ નીકળ્યું અને નગરવાસીઓમાં હાલકલોલ મચી ગઈ. જીવતી મશાલો જેવા સાધુઓએ નેવે નેવે આગ લગાડી. ધર્મનીનિંદા, પ્રભુ બુદ્ધ પંથની બદબોઈ: બાળક બ્રહ્મી પ્રજા એ બદબોઈની બરદાસ્ત કરી ન શકી.

ફુંગી-સરઘસનો રસ્તો રૂંધતી સરકારી પોલીસમાંથી એક ગોરા સાર્જન્ટનું ખૂન થયું.

આખા દેશવ્યાપી કોમી સંહારને મંજૂર રાખતી લીલી ઝંડી રોપાઈ ગઈ. લાંબા કાળથી એકત્ર થયેલા દારૂખાનામાં દીવાસળી ચંપાઈ ગઈ.

"જ્યાં દેખો ત્યાં મુસ્લિમોને અને ઝેરબાદીઓને કાપી નાખો!" કોઈક અનામી હાકલ પડી. "ન જોજો ઓરતો, બાળકો કે બુઢ્ઢાઓ."

-અને હજારો તાતી ધા ઝેરબાદીઓ તેમ જ બ્રહ્મીઓની બગલોમાંથી ઉછળી પડી. નગરે, ગામે, ગામડે; મોલમીનથી માંડલે લગી મચ્છી કાટનારી ધાએ માણસોને રેંસ્યાં.

"બિનમુસ્લીમને અડકશો નહીં." એ હતો બ્રહ્મીઓનો આદેશ. "બિનબર્મીઓને છેડશો નહિ." એ હતી ઝેરબાદીઓની સૂચના.

હિંદુઓ આમ બેઉ પક્ષોથી સલામત હતા. શોણિતની સરિતાઓ વચ્ચે થઈને તેઓ ચાલ્યા જઈ શકે. પણ કોણ હિંદુ ! કોણ કાકા! ઝનૂને ચડેલી પ્રજા બે વચ્ચે ક્યાં ભેદ સમજે? હિંદુઓ પણ ઘરમાં લપાઈ બેઠા હતા. બ્રહ્મી પડોશીઓ એમને રક્ષી રહ્યા હતા.

*

રતુભાઈ ચાંગંઉમાં હતો. એણે મિલ બદલાવી હતી. રહેમાન રાઇસ મિલમાં એને નોકરી જડી હતી. એનાથી ઘર ઝાલીને બેસી ન રહેવાયું એને એની જૂની મિલના એક મુસ્લિમની દશાનો ઉચાટ લાગ્યો. પોતે હિંદુ લેખે સલામત હતો. એણે જેટી પર જઈને પોતાની મિલની લૉંચની શોધ કરી. લૉંચ મૂકીને માણસો નાસી ગયા હતા. ભાડૂતી સંપાનો ઊભી ઊભી પાણીમાં જળકમળ જેવી ઝૂલતી હતી.

"આવે છે અલ્યા ખનાન-ટો?" એણે એક સંપાનવાળાને સાદ કર્યો.

"હા બાબુ! લાબા." સંપાનવાળો બરમો હોંશે હોંશે હાજર થયો. સંપાન રતુભાઈને લઈને ઇરાવદીમાં ઊપડી.

બેએક માઈલની જળવાટ હતી. સંપાનમાં બે જ જણ હતાઃ એક રતુભાઈ, ને બીજો સંપાની બરમો. રતુભાઈ કોટ પાટલૂન અને હૅટમાં હતા. સંપાની એક લુંગીભેર હતો. હલેસાં ચલાવતા એના ખુલ્લા હાથની ભુજાઓ પર માંસના ગઠ્ઠા રમતા હતા. છાતી ગજ એક પહોળી અને ગેંડાના ચામડા જેવી નક્કર હતી. માથે ઘાંઉબાંઉ હતું.

રતુભાઈ અને એ બેઉ સામસામા હતા. સાગર-શી વિશાળ ઇરાવદીનાં મધવહેણમાં નરી નિર્જનતા વચ્ચે રતુભાઈ જોતો હતો અને સંપાની સંપાનના ભંડકમાંથી કશુંક શોધક હતો.

પલમાં તો સંપાનીના પંજામાં ધા ઊપડતી દેખાઈ. "કેમ રે?" રતુભાઈએ તો કશા ઓસાણ વગર વિનોદ કરતાં કરતાં પૂછ્યું : "અહીં તો કોઈ મુસલમાન કે ઝેરબાદી નજરે પડતો નથી. કોઈ સંપાન પણ નજીક નથી ને તું ડરે છે કેમ?"

"મીં કાકા, મીં ખોતોકલા," સંપાનીએ જરાક વાર રહીને પૂર્ણ શાંતિથી જવાબ વાળ્યો, તે વખતે તેની આંખોમાં રતુભાઈએ રાતા ટશિયા ફૂટતા જોયા.

"મીં કાકા!" (તું મોપલો મુસલમાન છો.) "મીં ખોતોકલ!" (તું બંગાળી મુસ્લિમ છો.)

કલા એટલે સામે સાગરપારથી આવેલો હિંદી. 'ખોતો' એટલે 'કોથાય' (અર્થાત્ 'ક્યાં') એવો શબ્દ વારંવાર બોલનાર હિંદી, એટલે કે બંગાળાનો ચટગાંવ બાજુનો મુસ્લિમ.

ઇરાવદીનાં ડહોળાં પાણીમાં સરી જતી સંપાન પર ઉચ્ચારાતા આ શબ્દો, અને આ લોખંડની ભોગલ-શા ખલાસી-પંજામાં ભિડાયેલી ધા, બેઉએ રતુભાઈની ને મોતની વચ્ચેનું અંતર

તસુભર જ કરી દીધું. બરમાની ધા દેખા દીધા પછી કેટલા વેગે માણસને કાપે છે તેની એને ખબર હતી.

"તું ભૂલ કરે છે, નાવિક!" રતુભાઈએ ખામોશીથી જવાબ વાળ્યો: "હું હિંદુ છું."

"નહીં, તું કાકા છો. તરો લેબાસ હિંદુનો નથી." ધા ટટ્ટાર થતી હતી.

"નાવિક, આ લેબાસ અમારામાં સૌ કોઈ પહેરે છે." રતુભઆઈની દલીલો હેઠળ છાતીના ઝડપી થડકાર છુપાયા હતા.

"બતાવ તારી ચોટલી."

"અરે ભાઈ બધા હિંદુઓ ચોટલી રાખતા નથી."

" તો બતાવ જનોઈ."

"ગાંડા, જનોઈ પણ અમુક હિંદુ જ પહેરે છે."

"તો ખોલ તારું પાટલૂન." "કેમ?" રતુભાઈ ન સમજ્યા.

"દેહ દેખાડ, જોવા દે સુન્નત છે કે નહીં." ટાઢોબોળ બરમો નિશ્ચયને દૃઢ કરી ચૂક્યો હતો.

"નાવિક. હું તને ખરું કહું છું કે સુન્નત નથી મારી એબ જોવાનો આગ્રહ છોડી દે. અને હું કહું છું એમ ખાતરી કર. તું કિનારે જ મને આ સંપાનમાં મૂકીને ખનાન-ટોની કોઈ પણ મિલમાં જઈ પછી ખાતરી કર. મારું નામ દેજે, ને પૂછજે કે રતુબાબુ હિંદુ છે કે મુસ્લિમ. પછી તને ખાતરી ન થયા તો મને આંહી પાછો આવીને મારી નાખજે. તને કોઈ નહીં રોકે. મારું નામ સૌ જાણે છે. ચોથી મિલમાં હું મેનેજર છું. તું તારે પહેલી મિલમાં જઈને પૂછી આવ; નહીંતર તું મને કાપી નાખીશ તે પછી જો તને સત્યની ખબર પડશે, તું જ્યારે મારા મુડદાની એબ જોશે, ત્યારે તને કેટલો પસ્તાવો થશે તેનો તું વિચાર કર. પછી વાત તારા હાથમાં નહીં રહે."

બરમો સહેજ વિચારમાં થંભ્યો. વળી એણે કહ્યું, "તો તને શરીર ખુલ્લું કરતા શું થાય છે?"

"નાવિક," રતુભાઈને લાગ્યું કે પોતાનો હાથ કંઈક ઉપર આવ્યો છે એટલે એનામાં વધુ સમજાવટ કરવાના હોશ પ્રગટ્યા; "અમે હિંદુ, અમારી એબ ઉઘાડી કરવામાં મહાપાપ સમજીએ. અમે એવી જનેતાઓના બેટાઓ છીએ, કે જેમણે પોતાની એબ દેખાડવા કરતાં જીવતી સળગી જવું પસંદ કર્યું છે. અમે તારા કૃપાલુ પ્રભુ ગૌતમના દેશના છીએ, કે જેમણે જગતના એક જીવડાને પણ ન હણવાનો સુબોધ દીધો છે. અમે ગુજરાતીઓ છીએ. કીડીનેય ચગદતાં પાપ ગણીએ છીએ. એબ જોવી ને એબ દેખાડવી, બેઉ અમારે મન મહાપાપ છે."

"તું બહુ મીઠું મીઠું બર્મી બોલી શકે છે!" એ શબ્દો સાથે નાવિકની ધા પરની પકડ ઢીલી પડી. એણે કહ્યું, "આજે સવારથી આ સંપાનમાં મેં પાંચ કાકાને કાપી નાખી ઇરાવદીમાં ફેંકી દીધા છે, પણ તું છઠ્ઠો મારા માથાનો મળ્યો !"

"ભાઈ, હું તો હિંદુ છું. પણ ધાર કે હું મુસ્લિમ હોત, તોયે મને મારીને તું શું લાભ ખાટત ?"

"ઢમ્મા." નાવિકને એક જ શબ્દ સૂઝ્યો.

"ધર્મ ?" રતુભાઈએ સામે પૂછ્યું.

"હા, બૌદ્ધાનો ઢમ્મા ! ગોઢમાનો ઢમ્મા !"

"નહીં રે નહીં. એ ધર્મ ગૌતમ બુદ્ધનો ન હોય. કોઈકે ક્યાંક ભૂલ ખાધી છે ને ભૂલ ખવરાવી છે. ખેર ! બસ હવે તો તું મને આ પહેલી મિલમાં જ ઉતારી દે."

"નહીં રે, હવે તો તને હું તારી મિલમાં જ મૂકી જઈશ. હવે તું ડર ના."

"તો કહે નાવિક, કલીકમાં મલૌ બાને ?" (હવે લબાડી નહીં કર ને ?)

"હવે કલીકમાં કરું નહીં કદી, બાબુ ! મારું દિલ ખાતરી પામ્યું છે કે તું કાકા કે ખોતોકલા નથી, તું બાબુ છે; તારો વાળ પણ વાંકો નહીં કરું. ફ્યા સુ."

ફ્યા સુ (પ્રભુના સોગંદ) કહ્યા પછી બરમો દગો દેતો નથી, સર્વ વાતોનું પૂર્ણવિરામ 'ફ્યા સુ'.

"બસ, તો પછી મને પહેલી જ મિલમાં ઉતારી દે."

"પણ શા માટે ?"

"તું નથી જાણતો કે ચોથી મિલ કોની છે ?"

"હા... હા... હા, બાબુ ! એ તો ખોતોકલાની, તું ત્યાં કામ કરે છે ?"

"હા, ભાઈ, એ અમારા હિંદુ માલિક કરતાં વધુ ઉદાર માલિક છે. તને હું ત્યાં નહીં લઈ જાઉં." "કેમ ?"

"કદાચ ત્યાંનો કોઈ મુસ્લિમ તને કાંઈ કરે, તો મારે જાન જ દેવો પડે. તેં મને જીવતદાન દીધું છે, પણ બીજા તને ન દે તો ? મને પહેલી જ મિલે ઉતાર."

પોતાની આગલી મિલના ઘાટ પર ઉતરી રતુભાઈએ કહ્યું: "હવે તું નાસ્તો કરવા ચાલ અંદર."

"ના, બાબુ." બરમો ઝંખવાયો.

"ચાલ, તને કોઈ ન છેડે. હું ભેગો છું. મારું દિલ છે કે તું કાંઈક ખાતો જા. અહીં કોઈ મુસલમીન નથી."

"કલીકમાં મલૌ બાને !" (લબાડી કરતો નહીં હો કે !) આ વખતે નાવિકનો વારો હતો.

"ક્યા સુ." રતુભાઈએ શપથ ખાધા.

ઘાટ સાથે સંપાન બાંધીને નાવિકને લઈ રતુભાઈ પોતાની જૂની જૌહરીમલ-શામજી મિલમાં આવ્યા. એને ખવરાવ્યું, વધુ નાણાં આપી વળાવ્યો, તે વખતે પાછલી બાજુ કાળા કિકિયારા સંભળાતા હતા: "કાકાને કાપો !" "કુંગીઓને કાપો !"

"આપણો અલી ક્યાં છે ?" રતુભાઈએ જૂની મિલવાળા મિત્રોને પહેલો જ પ્રશ્ન આ કર્યો.

"શિવશંકર એને ઘેર લઈ ગયા છે."

"અલીની બર્મી સ્ત્રી ?"

"સાથે જ ગઈ છે."

રતુભાઈને ફાળ પડી.

પ્રેમ-મંત્ર

પ્રેમ-મંત્ર

કોઈ પક્ષી ઊતરે તેમ આવીને નીચે ઊભી રહી ને આડા હાથ ધરીને બોલી:

"તિખાંબા ફયા ! તિખાંબા !" (શાંત થાઓ, પ્રભુ ! દયા કરો !)

પરિચિત સ્વર કાને પડતાં જ કુંગીનો ધસારો તૂટી પડ્યો. એ ચમક્યો, "કોણ..."

"હાઉકે માંઉ !" (હા એ જ, ઓ માંઉ !)

'માંઉ' એ શબ્દે રતુભાઈને પણ સ્મરણ-દ્વારે જાણે ઘંટડી રણકાવી.

કુંગી જોઈ રહ્યો. આ સ્ત્રી ! ગુજરાતી સાડીનું અંગઓઢણું, છૂટી વેણી, કપાળે કંકુનો ચાંદલો : આ કોણ ? મોં બર્મી, વાણી ઇરાવદીના અંતસ્તલમાંથી ઊઠતી હોય તેવી, અવાજ બ્રહ્મદેશના પ્યારા પુનિત ઢાંઉ (મયૂર) શો મીઠો, નાક ચીબું, છાતી સપાટ, આ કોણ ?

કુંગીની ધા નીચી ઢળી.

"એમને પ્રથમ ઊભા કરો, કો-માંઉ ! એ મારા પતિ છે." સ્ત્રીએ ચગદાતા પડેલા શિવશંકર તરફ આંગળી ચીંધાડી.

પણ રતુભાઈ શિવશંકરની નજીક પહોંચી ગયો હતો. એની મદદથી ઊભા થતા શિવશંકરે હર્ષાવેશમાં કહ્યું : "રતુભાઈ, તમે ! પહોંચ્યા !"

રતુભાઈ નામ સાંભળીને સ્ત્રીએ પોતાની સાડી સંકોડી. પતિએ વાતો કરી હતી. એક વાર આવેલ ત્યારે દીદાર પણ કર્યા નહોતા. ફરી આવવાનો હતો. અત્યારે વખતસર આવ્યો છે !

"હવે તમે એકલા આંહીં આવો, ફયા !" સ્ત્રીએ કુંગીને કહ્યું,

"અને પછી જેને શોધો છો તેને લઈ જજો."

કુંગી વેશધારી માંઉને રતુભાઈએ નિહાળ્યો. યાદ આવ્યું : આ તો પીમનાવાળી સોનાં કાકીનો પુત્ર, 'ઢો ભમા' તખીન પક્ષનો અનુયાયી, તે રાત્રીએ ડૉ. નૌતમને ઘેર દીઠેલો તે યુવાન ! આંહીં ક્યાંથી ! કુંગી ક્યારે બન્યો ! એને આ સ્ત્રી ક્યાંથી ઓળખે ?

ટોળું પોતાની મેળે જ જરા આઘે ખસી ગયું. કુંગી, શિવશંકર અને રતુભાઈ મેડી ઉપર ચડ્યા.

"એને ધોખો તો નહીં આપે ને ?" ટોળામાંથી એક બર્મી અનુયાયીએ બીક બતાવી.

"મગદૂર નથી કોઈની !" બીજાએ કહ્યું, "આ ઉઝીં તો સયા સાન થારાવાડીવાળાના સગા છે. એની માફક આણે પણ પીઠ પર અભય છૂંદણું મંતરાવ્યું છે. એના પર કોઈની ધાનો ઘા ફૂટે જ નહીં !"

"ધાનો ઘા ન ફૂટે, પણ વાંસની અણી કોઈ ઘોંચી દે તો !"

બર્મી લોકો માનતા કે ફુંગી લોકો અમુક છૂંદણાં મંતરીને ત્રોફી આપે તો તે માણસને બીજું કોઈ હથિયાર ન વાગે, ફક્ત વાંસની અણી વાગે. વાંસ કોઈ મંત્રના કે વશીકરણના કાબૂમાં આવતો નથી.

"અરે ઘેલા થાઓ ના, ઘેલા !" ત્રીજાએ કહ્યું. "આપણને સૌને ઠોં ખવરાવનાર પોતે શું કમ હશે !"

ઠોં એટલે ચૂનાની મંતરેલી ગોળી. આ હુલ્લડ વખતે ફુંગીએ ટોળામાંના સૌને ઠોં ખવડાવતા હતા, અને એમ મનાતું હતું કે ઠોં ખાય તેને ઘા લાગે નહીં.

"કો-માંઉ !" ગુજરાતણવેશી બર્મીએ ઘરમાં આવી સીનો ટટ્ટાર કરીને કહ્યું : "હવે તો યાદ આવે છે ને ?"

"તું અહીં ?" ફુંગીનો સ્વર મૃદુતાભેર ધ્રુજ્યો.

"હા, અહીં છું. તમારા વિચારો તમે તે રાત્રીએ ઠાલવ્યા તે પછી હું મારે ન્યારે માર્ગે વળી ગઈ છું. હું તમારી સ્ત્રી ન બની શકી, તો હું એક બાબુની સ્ત્રી બની છું. તમે છોડી..."

"પણ અહીં શી રીતે ?"

"મજૂરણ બની હતી. ચાવલ-મિલમાં. એ તો પત્યું. પણ હવે શો વિચાર છે ?"

"એ કાકાને, એ ખોતોકલાને બહાર નિકાલો."

"રહો, કો-માંઉ !" એમ કહી સ્ત્રી ઘરમાં જઈ, પાછી આવી. એના હાથમાં ધા હતી. એ બતાવીને એણે કહ્યું : "ચાલો નીચે. અહીં તો સાંકડ છે. આપણે બંને એક વાર ધાએ ખેલીએ. મારું મુડદું તમારાં ચરણોમાં પડે તે પછી લઈ જજો તમારાં અપરાધીઓને !"

પોતાની સામે એક સ્ત્રીને ધા ઉઠાવતી દેખી જુવાન ફુંગી થડક્યો. એણે પૂછ્યું : કોણ છે એ?"

"છે મારા જ જેવાં : નર છે કલા અને નારી છે બ્રહ્મી. ને કો-માંઉ ! એમનો ઇષ્ટદેવ છે પ્રેમ. બ્રહ્મી નારીઓએ પ્રેમના કરતાં કોઈ બીજી વાતને ઊંચું આસન આપ્યું નથી. કુળને કે કુળપરંપરાને, વર્ગને કે દરજ્જાને, માબાપની મરજી કે દબાણને, હીરા, હેમ કે સંપત્તિને, મો'લાતોને, કોઈ કરતાં કોઈને બર્મી નારીએ પોતાનું જીવન નથી આપ્યું. આ નારીએ પણ એ જ કર્યું છે, એ વટલાઇને મુસ્લિમને વરી નથી. એ પરદાબીબી બની નથી. એ આઝાદ રહી છે. એણે પરધર્મ સ્વીકારી નિજધર્મને ત્યાગ્યો નથી. એણે બ્રહ્મદેશની સર્વોપરી પરંપરાના ઇષ્ટદેવ પ્રેમને ઉપાસ્યો છે. એ જો અપરાધ હોય તો ભલે કટકા કરો - પણ પહેલાં કાં મારા ને કાં તમારા ટુકડા પડે તે પછી."

કુંગીના બેઉ હાથ પીઠ પછવાડે ભિડાયા. ત્યાં પાછળ ધા ઝૂલતી રહી. એણે કહ્યું: "તું ભણેલી-ગણેલી થઈને દેશનો પ્રાણપ્રશ્ન સમજી જ નહીં !"

"પહેલાં એ કુંગીને સમજાવો, ઉઝીં ! કહો એમને કે દેશને સમજે, દેહ એકલાને જ ઉપાસતા અટકે, ઢમા ! ધા ન હોય તમારા હાથમાં; તમારા કરમાં તો શાંતિ-અહિંસાનું કમળ શોભે."

"આજે તો જાઉં છું."

"હા, ને હું ચરણોમાં વંદું છું, ફયા ! એક વારના આપણા સ્નેહનું પઢાઉ વૃક્ષ આજની આપણી કરુણાધારે સિંચાઈને નવપલ્લવિત રહેશે. થોડી વાર ઊભા રહો."

અંદર જઈ ઘોડિયામાંથી એ પોતાના નાના બાળકને લઈ આવી અને સાધુના ચરણોમાં નમાવ્યું.

આશીર્વાદના ધર્મબોલ કુંગીની જીભ પર ન ચડી શક્યા. એના કરડા મોં પર પહેલી જ વાર કુમાશની ટશરો ફૂટી.

"ને જરા વધુ થોભો," કહીને એ અંદરથી બે જણાંને બોલાવી લાવી. ચટગાંવના મુસ્લિમ અલીને અને એની બર્મી ઓરતને.

"આનીયે વંદના સ્વીકારો, ધર્મપાલ ! ને નિહાળો, એનાં મોં પર છે કોઈ કોમ કે પંથ ?"

"જાણું છું." કુંગી બોલ્યો, "આ કલાકાકા અજે દીનતાની મૂર્તિ છે, પણ એ આંહીં એનું રક્તબીજ મૂકતો જશે - ઝેરબાદી બાળરૂપે. એ આજ અમૃત હશે. કાલ એની ઓલાદ વિષબિંદુ બની આપણા જીવતરમાં રેડાશે. તમારું સ્ત્રીઓનું સ્નેહ-સ્વાતંત્ર્ય તમને આજે પ્રિય છે. મને દેશનું દેહસ્વાતંત્ર્ય સર્વોપરી લાગે છે."

"આપણા વચ્ચેનો એ મતભેદ : એ પર જ આપણે છૂટાં પડ્યાં."

"આજે પણ એ ભેદ પર આપણે વિદાય લઇએ. હું તો એ પાપને ઉચ્છેદવા જ જીવીશ ને મરીશ."

"કબૂલ છે. પણ જલ્લાદગીરી કરીને ઉચ્છેદી શકશો ? પાંચને કાપશો, પચીસને, પાંચસોને...કેટલાને ?"

"વાતો નકામી છે. પણ આજે હું હાર્યો છું. રજા લઉં છું."

કહીને કુંગી હેઠે ઉતરી ગયો. ટોળાને દૂરદૂર દોરી ચાલ્યો ગયો. ગડગડતા જતા વાદળા જેવું લોકવૃંદ 'ઢો ભમા'ની ગર્જનાને ક્યાંય સુધી પાછળ મૂકતું ગયું.

તે પછી શિવશંકરની સ્ત્રીએ મુખવાસનો દાબડો લાવી, ઘૂંટણભેર થઈ, નમીને રતુભાઈની સામે ધર્યો. રતુભાઈની મીટ હજુ નાનકડા બાળક પર ઠરી હતી. એ શિવશંકરને કહેતો હતો : "આને ગુજરાતી બનાવવો છે, કે બરમો ?"

"બરમો."

"ના, એ બાબુ જ બનશે." સ્ત્રી મીઠે કંઠે બોલી.

"પણ એને કોઈ ગુજરાતી દીકરી નહીં દે !"

"પચીસ વર્ષ પછી પણ ?" સ્ત્રી હસી. "પચીસ વર્ષેય અમે નહીં પલટીએ, દુનિયા ભલે પલટી ગઈ હોય."

"પણ અહીંથી ગુજરાત જવું જ છે કયા ભાઈને?" શિવશંકરે જાણે કે સોગંદ લીધા.

"આ ઢો ભામાવાળાની સરકાર થશે ને કાયદો કરીને કાઢશે તો ?"

"તોય નહીં જઈએ." શિવનો નિશ્ચય હતો.

"અમે એટલી લાંબી ચિંતા કરતાં નથી. અમે તો બ્રહ્મીઓ." શિવની પત્ની બોલી.

"બાળક જેવાં !" રતુભાઈએ મર્મ કર્યો.

"બહુ મધુર દશા," સ્ત્રી બોલી, "થપાટ મારી કોઈ રડાવે તોય પળ પછી એને ખોળે બેસીને ખેલીએ."

"પણ તમારી ધા તો સાથે ને સાથે જ ના!"

"એ જ અમારું બાળકપણું. ધા ન હોત તો અમારો પ્રેમ અને અમારી લાલાઈ પણ ક્યાંથી હોત ?"

"ચાલો. હવે આજ તો જમાડશો ને ?"

"હા જ તો. હમણાં રોટલી કરી નાખું છું."

"રોટલી પણ વણો છો? ત્યારે તો પેલું બાળકપણું ગુમાવ્યું!"

"કયું?"

"હાંડીમાં પાણી ને ચોખા નાખી, ચૂલે ચડાવી, બહાર લટારે નીકળી પડવાનું. ફૂલો ને આભૂષણો લીધા કરવાનું."

"પણ રોટલીની બધી જ ક્રિયાઓ બાળકની જ ક્રીડા જેવી છે. હું કાંઈ એમને ગુજરાતી ખાણું ખવરાવવા નથી કરતી. હું તો બાળક જેવી થઈને રોટલીએ રમું છું."

"શિવા !" રતુભાઈએ ગુજરાતીમાં કહ્યું, "તારો સંસાર પાકે પાયે ચણાયો છે."

"મને તો એ કંઈ વિચારો જ નથી આવતા. મૂળાને પાંદડે મોજ કરું છું હું તો" શિવશંકરે પત્ની સામે જોયું.

"ત્યારે તો તું ખરો બરમો બન્યો. ક્યાંઈક ધંધો મૂકી દેતો નહીં."

"શા માટે નહીં? આ રળવા માંડે એટલી વાટ જોઉં છું !"

"કાંઈ ધંધો માંડેલ છે?"

"હા, એની માનું હાટડું સંભાળશે. પછી તો મારે નિરાંતે ઊંઘવું છે. બેઠા બેઠા લાંબામાં લાંબી સલૈ (ચિરૂટ) ચૂસ્યા કરવી છે. હિંદમાં તો હેરાન થઈ ગયા. રળી રળીને એકલા તૂટી મરીએ. સ્ત્રી આપણે પૈસે શણગારો કર્યા કરે ને છોકરાં જણ્યાં કરે. મોતની ઘડી સુધી કોઈ દી હાશ કરીને બેસવા ન પામીએ. હું તો ભાઈસા'બ, એ હિસાબે ન્યાલ થયો છું!"

"એ તો ઠીક, પણ આ બેઉને તો હવે ઠેકાણે પહોંચતાં કરો!" રતુભાઈએ હેબતાઈ ગયેલા અલી અને એની બર્મી સ્ત્રી વિશે કહ્યું.

"નહી," શિવની સ્ત્રીએ કહ્યું, "એ વધુમાં વધુ આંહીં જ સલામત છે. અમે બેઉ બર્મી સ્ત્રીઓ છીએ. આસપાસ કોઈ સલામતીનું ઠેકાણું નથી, ને આંહીંથી ફુંગી પાછા ફરેલ છે એ વાત જાણ્યા પછી કોઈ નજીક પણ નહીં આવે. તેમ છતાં મરવાનું હશે તો સહુ ભેળાં હશું."

"પણ અલીને એકલાને..."

"ના, હું એકલો તો ડગલું પણ નથી દેવાનો. મારે હવે એકલા જીવીને શું કરવું છે ?" અલી બોલી ઊઠ્યો.

પછી તો શિવની પત્નીએ રાંધ્યું ને સૌ જમી ઊઠ્યાં. રતુભાઈએ શિવને ગુજરાતીમાં પૂછ્યું: "એલા, આ માંઉ અને તારી પત્ની વચ્ચે કાંઈક ઇતિહાસ લાગે છે?"

"હા, એ પણ એને મને કહેલું. કોઈ વાતે એણે મને અંધારામાં રાખ્યો નથી. રંગૂનમાં બેઉ ભણતાં હતાં. માંઉ કૉલેજમાં હતો ને આ હાઈસ્કૂલમાં સાતમી ભણતી હતી. માંઉ વળી ગયો ઉદ્દામ વિચાર તરફ; માંઉ કહે કે તારે નૃત્ય કરવું નહીં. આ કહે નૃત્ય તો મારા રક્તમાં છે. ફો-સેઈનું નૃત્યમંડળ આંહીં આવ્યું. તો તેના તિન્જામ પ્વે (ઇન્દ્રાણીના નૃત્યનાટક)માં જવાની માંઉએ એને ના પાડી. એના માથા પર થઇને એ તિન્જામ પ્વેમાં આવી હતી. હું પણ ત્યાં ગયો હતો. અમારો મેળાપ ત્યાં થયેલો. તે પછી જ એ આપણી મિલમાં થોડા દિવસ મજૂરી કરી ગઈ. અને અમે ચાવલ સૂકવતાં સૂકવતાં વધુ નિકટ આવ્યાં."

"ત્યારે તો એ ભણેલી છે. એથી કોકડું ગૂંચવાતું નથી ને ?"

"ના, ઊલટું સરલ બને છે."

"નૃત્યમાં જાય છે?"

"હવે નથી જતી."

"કેમ?"

"મેં એની નૃત્ય કરવાની સ્વતંત્રતા કબૂલ રાખી એટલે."

"એ જ ખરો ઉકેલ છે. બંધન ન મૂકો તો આપોઆપ સંતૃપ્ત રહે છે કેટલીક સ્ત્રીઓ."

રાત ત્યાં વિતાવી, વળતા દિવસે હુલ્લડ શાંત પડ્યા પછી જ આ નાનકડો કુટુંબ-મેળો વીખરાયો.

ત્રણ દિવસ

મૈઈયા મયુ

ભે મૈઇયા મયુ

લેંઓ નાભા પ્યેભવ ભારેદુ

શાફવે સોંજા

યાંગૂન મયોદુ

(એક બર્મી લોકગીત)

હું એવી સ્ત્રી પરણીશ,
તું કેવી સ્ત્રી પરણીશ?
જે સ્ત્રી પાંચ કર્મને પાળનારી હોય,
એવીને હું યાંગુન(રંગૂન)માંથી જ મેળવીશ.

*

કેટલાક દિવસથી નીમ્યા ડૉ. નૌતમને ઘેર ફરકતી નહોતી. હેમકુંવરબહેનનો બટુક વારંવાર દાદરે દોડ્યો જતો ને વાટ જોતો. બજારમાં જઈ દુકાને દુકાનની બ્રહ્મી લલનાઓનું લાલન પામવાની એને લત પડી ગઈ હતી. હેમકુંવરબહેનને પણ હવે તો ખાતરી થઈ ગઈ હતી કે બેએક વર્ષ સુધી પતિને કોઈએ પોપટ કે ઘેટો બનાવી મૂકેલ નથી, તેમ બટુક પણ એકેય વાર આ જુવાનજોધ અપ્સરાઓથી નજરાયો નથી, એટલે એમને પણ નીમ્યાનું અલોપ થવું ગમતું નહોતું. એને ખરેખર ચેન પડતું નહોતું. હવે તો પોતે પણ કડકડાટ બર્મી બોલતાં હતાં. નીમ્યાને જોડે લઈ શહેરની બજારે બજારે ઘૂમતાં હતાં. નીમ્યા ભેગી હોય પછી કોઈના બાપની બીક નહીં. કોઈ વાર ચાંદની ભરી રાતે નીમ્યાને કાઠિયાવાડી વસ્ત્રો પહેરાવી અને પોતે બર્મી લુંગી એંજી ધારણ કરી ચૂપકીદીથી બહાર ફરી પણ આવતાં.

એ તો ઠીક, પણ બાબલાને તો બચીઓ વરસવી અકળાવી નાખતી અને ઊંચે-નીચે ફંગોળતી નીમ્યા હવે બાબલા વગર રહી કેમ કરીને શકતી હશે!

ત્રણ-ચાર દિવસ થઈ ગયા.

પાંચેક દિવસ પર પોતે આવી હતી. પૂછ્યું હતું હેમકુંવરબહેનને, મારે તમારા ઘરમાં ત્રણેક દિવસ રહેવું હોય તો રાખો કે નહીં?"

"કેમ ન રાખું?"

"પણ લાગટ ત્રણ દિવસ ને ત્રણ રાત!"

રાતનું રોકાણ ફાળ પડાવે તેવું હતું. આ ડોક્ટરોનું કંઈ કહેવાય છે, બાપુ! - હેમકુંવરબહેન વિચારતાં રહ્યાં, ત્યાં તો નીમ્યા બોલી: "હું એકલી નહીં હોઉં હો, મારી જોડે કોઈક હશે." કહેતી કહેતી એ મલકી પડી હતી.

"તો તો કેમ રાખી શકાય? કોણ હશે જોડે? તારાં માતાપિતા જો હા પાડે તો રાખું."

"ના. એમને તો કહેવાનું જ નહીં. એ શોધવા આવે તોપણ પત્તો આપવાનો નહીં."

વિમાસણમાં પડી ગયેલાં હેમકુંવર બહેને કહ્યું: "હું ડૉક્ટરને પૂછું."

"ના, એમને તો પૂછશો જ નહીં. કાંઈ નહીં. હું તો અમસ્તી અમસ્તી પૂછતી હતી."

"પણ વાત શી છે?"

"કાંઈ નહીં. ખાલી ગમ્મત કરતી હતી." એમ કહીને નીમ્યા ચાલી નીકળી.

એક સાંજે બાબલો બહુ બહુ રોવા લાગ્યો, એટલે હેમકુંવર બહેન ડૉક્ટરને લઈ સોનાંકાકીને ઘેર ચાલ્યાં. નૌતમ પોતે સ્ત્રી સ્વભાવનો પારખુ હતો. એટલે નીમ્યા નથી આવતી એ પોતાને પણ સાલેલું તે છતાં પોતે ઘરમાં એ વાત ઉચ્ચારેલી નહીં. હેમકુંવરે કહ્યું તેના જવાબમાં એ ફક્ત એટલું જ બોલેલ: "વારુ ! ચાલો, જઈ આવીએ."

"ચ્વાબા!" નીમ્યાની માતાએ મહેમાનોનું સ્વાગર કર્યું અને પતિ બગીચામાં હતો એ ત્યાં દોડી ગઈ.

"જોયું, હાથણી !" દાક્તરે પત્ની ને કહ્યું, "તમે કાઢો લાંબા ઘૂમટા અને પછી લફર લફર લૂગડે પુરુષોની પડખે થઈને જતાં લાજો નહિ; ને આણે તસોતસ લુંગી પહેરી છે, સાંકડી લુંગીમાં જકડાયેલા પગ માંડ દોઢ્યે ડગલાં ભરી શકે છે, બુઢ્ઢી ખોખર થઈ ગઈ છે, છતાં કેટલી સ્ફુર્તિમાન છે ! કેટલી સંકોડાઈને ચાલે છે !"

હેમકુંવર બહેનનું હાસ્ય પણ એના દેહ જેવું જ ગૌર અને ગરવું હતું; એણે છણકો કરવાને બદલે હસીને કહ્યું, "આટલા વખતે પણ હજુ આપની સરખામણી પૂરી ન થઈ. એક સભા ભરો તો જાહેર કરું કે ગુજરાતમાં બર્મી પોશાક કાયદો કરીને દાખલ કરાવો. બાકી કોઈ દી કાઠિયાણી કે મેરાણી જોઈ છે? પણ મડદાં ચીરે તેને દોષો કાઢવા વિના શું સૂઝે!"

હેમકુંવર બહેને આગળ ચાલતાં ચાલતાં પોતાનું શરીર ડોલાવીને પાછળ મરોડ્યું, એટલે દાક્તર સાહેબે કબૂલ કર્યું : "છે - ખરેખર, ગુજરાતણોમાં શણગારની કળા છે."

"પરાયા દેશોનાં દૂષણ જોનારી પરગજુ આંખો અને પરાયાં ભૂષણોમાં જ અંજાઈ જનારી આંખો, બેઉ આંખો ત્રાંસી છે."

"એ ત્રાંસનું નસ્તર તમે અચ્છે તરહથી કર્યું, મારાં સર્જન!"

"નસ્તર થયું હોય તો હવે બેઉને સીધી નજરે જ જુઓ અને માણો, મારા દાક્તર-દરદી!"

"દાક્તર તો બીજાનો. તારો તો સદૈવનો દરદી."

નીમ્યાનો પિતા ઊભો ઊભો એક નવો પાયો ખોદાવી તેનું પુરાણ જોતો હતો. તેમણે પણ ત્રણેને 'ચ્વાબા' કહ્યું. ઉપકારભરી દૃષ્ટિએ એ દાક્તર તરફ નીરખી રહ્યો. એવામાં એકાએક એણે પાયામાં માછલું તરફડતું જોયું, અને એના મોંમાંથી અરેરાટી નીકલી ગઈ. મજૂરે પીપમાંથી ડબલું ભરીને પાયામાં જે પાણી નાખ્યું તેમાંથી જીવતું માછલું પાયામાં પડ્યું હતું.

ઘડીનો પણ વિલંબ કર્યા વગર એણે પોતાના માથા પર લપેટેલો રેશમી ઘાંઉબાંઉ ઉતારીને તરફડી રહેલ માછલાંને જતનભેર એ ઘાંઉબાંઉમાં લીધું, ને પછી પોતે છેક નદી સુધી એને નાખવા ગયો. પત્નીને કહેતો ગયો કે પરોણાને અંદર બેસારજે.

દાક્તર તો દિંગ જ બની ગયા.

"એ ઘાંઉબાંઉ ચાર-પાંચ રૂપિયાનું હશે, હો હાથણી," ડૉ નૌતમે કહ્યું, "માંસમચ્છીના આહારી છતાં આ લોકો..."

નીમ્યાની માતા આ ગુજરાતીમાં ચાલતી વાતોને પોતાના કુતૂહલથી અપમાન્યા વગર જ અંદર જઈ પાનનો દાબડો લઈ આવી, અને હૈયા સમાણા હાથે એ દાબડો (આપણે બે હાથમાં કોઈ શુભ પ્રસંગે શ્રીફળ ધારણ કરીએ તેવી ધાર્મિક અદાથી) ઉપાડી લાવીને, દોઢ્યે ડગલાં ભરતી હળવે હળવે સન્મુખ આવી, નજીક પહોંચી, ઘૂંટણભર બનીને, અને પોતાના પગની પાની પણ ન દેખાય તેવી કાળજીથી પગ પાછળ રાખી દાબડો બાજઠ ઉપર ધરી આપ્યો અને શિર ઝુકાવ્યું. માથાનો સઢો નીચે નમતાં એની કેશગૂંથણી દેખાઈ.

"લે જો, તારી કાઠિયાણી કે મેરાણી એની જીમી પહેરીને આમ ઘૂંટણભર બેસી શકશે?" ડૉક્ટરે ફરી પાછી બર્મી છટાને આગળ કરી. "કેટલી સુગંધ આવે છે!"

"એ એના શરીરની છે." હેમકુંવરબહેને જાણ કરી. "શરીરે આ પ્રત્યેક બ્રહ્મી સ્ત્રી ચંદનનો લેપ કરે છે."

દાક્તરે સોનાંકાકીને પૂછ્યું: "પેલી દુત્તી ક્યાં?"

"કોણ મા-નીમ્યા!" ઢો-સ્વે એ ઠંડે કલેજે કહ્યું: "એ તો તમને લઈને નાસી જવાની હતી ને!"

ડૉક્ટર-દંપતી તો આભાં જ બની ગયાં. એમના મોં પરથી લોહી ઊડી ગયું, ઢો-સ્વે સમજી ગઈ. એ હોઠને સહેજ સ્મિતમાં પલાળીને બોલી: "ગભરાયા! કુંવારી છોકરીઓની મશ્કરી અમે કરી શકીએ, કાલથી આપણે કોઈ નીમ્યાની ઠેકડી નહીં કરી શકીએ. આજે સાંજે એના ત્રણ દિવસ પૂરા થાય છે. અમે એનું ગુપ્ત સ્થાન પકડી શક્યાં નથી."

"એ વળી શું!"

પછી માતાએ સ્પષ્ટીકરણ કર્યું: "નીમ્યા અમારી ઇચ્છા મુજબ પરણવા નહોતી માગતી, પોતાના કોઈક પ્રેમિકની સંગાથે ચાલી ગઈ છે. ત્રણ દિવસ એ પ્રેમિક પોતાના સગાસંબંધી મિત્રને ઘેર સંતાડી રાખશે. અમે શોધ કરી; એ પકડાઈ ગયાં હોત તો લગ્ન ફોક થાત, પણ ન પકડાયાં એટલે હવે એ લગ્ન અમે માબાપ મંજૂર રાખશું. આજે સાંજે તો બેઉ આવવાં જોઈએ." માતાએ ખાતરી આપી. "ગઇ છે કોની સાથે?"

"આવે એટલે જાણીએ."

પુત્રીના આવા આચાર વિશે પેટમાં પાણી પણ ન હલતું હોય એવી જનેતાને જોઈ હેમકુંવર બહેનને વિચિત્રતા લાગી. એણે પૂછ્યું:

"મારે ઘેર મેં સંતાડ્યા હોત તો તમે રોષ ન કરત?"

"ના રે, રોષ શાનો? આ પ્રકારનું લગ્ન એ તો અમારી સન્માનિત પરંપરા છે. માત્ર એટલું જ કે તમારે ઘેર એ બેઉ અમારાથી પકડાઈ ગયાં હોત તો લગ્ન ફોક થાત."

"પણ નાસી શીદ જાય? સંતાય શા માટે? તમે ગોતવા કાં જાવ?"

"એને અમારી પસંદગી મુજબ શાદી ન કરવી હોય એટલે નાસે."

"તો તો પછી એ પાછાં આવશે ત્યારે-"

"ત્યારે અમે આશીર્વાદ જ દેવાના."

"સંબંધ રાખવાનો?"

"શા સારુ નહીં?"

"પણ જમાઈ તમને અણગમતો હોય તોપણ?"

"પછી તો ગમતા-અણગમતાનો પ્રશ્નજ નહીં. જે હોય તે સોના સરીખો."

"નદીએ માછલું નાખી આવીને નીમ્યાનો પિતા પાછો આવ્યો ત્યારે રેશમી ઘાંઉબાંઉ બગડ્યાના કશા જ અફસોસ વગર નવું રેશમ માથે લપેટીને એ બેઠો. પછી દાક્તરે એને પૂછ્યું : "તમે જીવ ખાનારાં છતાં આવી જીવદયા કેમ?"

"અમે ખાઈએ ખરા, પણ જાતે ઊઠીને સંહારતા નથી. જાળ નાખનારા અમે નથી. અમારાથી મરતા જીવનો ત્રાસ જોવાય નહીં."

ગૃહિણી થાળમાં ફળમેવા લઈ આવી, ફરી વાર એ જ વિનયછટાથી પગલાં ભર્યાં, ફરી ઘૂંટણભર ઝૂકી અને થાળ મૂક્યો.

પરોણા આરોગવાનો આદર કરતાં હતાં ત્યાં જ ધારણા મુજબ બે જણાંએ ફળિયાનું ફાટક ખોલ્યું. ગૃહિણીએ પૂર્ણ સ્વસ્થતાથી કહ્યુંઃ "મા-નીમ્યા આવી." બેઉ બહાર ગયાં. માબાપે બેઉએ સાથેના જુવાનને જોયો. એ બ્રહ્મી યુવાન હતો, ઝેરબાદી કે હિંદી નહોતો. બેઉનાં હયાં ઠર્યાં. યુગલે ઉપર આવીને વડીલો સન્મુખ ઘૂંટણભર નમન કર્યું. વડીલોએ શાંત આશીર્વાદ આપ્યા. પિતાનું મન ઉદ્વેગિત બન્યું તે દેખાઈ આવતું હતું. પણ માતાનો મનસંયમ જરીકે ચળ્યો નહીં. બ્રહ્મી નર અને નારી બેઉ વચ્ચેનો આ પ્રકૃતિ-શીખવ્યો સંસ્કારભેદ છે.

"અંદર તો જા - જો, કોણ આવ્યું છે ?" માએ નીમ્યાને કહ્યું.

ત્યાં તો નીમ્યાએ બાબલાનો અવાજ સાંભળ્યો. એ અંદર દોડી જઈને બાબલાને ભેટી પડી. "પાંચ દિવસથી તને દીઠો જ નથી, લુચ્ચા ! તારી બાએ મને ના કહી એટલે જ તો ! નહીંતર સતત તારી જ પાસે રહી હોત." એમ કહેતી એ હેમકુંવરબહેન તરફ ફરીને દાઢવા લાગી : "કાં, તમે અમને સંઘરવા ના પાડી તો શું અમે રઝળી પડ્યાં ? પૂછો માને, ત્રણ દિવસથી પરેશાન થતી થતી અમને ગોતતી હતી, તોપણ હું પકડાઈ ?"

"ઓ રે ઘેલી !" હેમકુંવરબહેને કહ્યું, "તમે તમારો ચાલ પૂરેપૂરો સમજાવ્યો હોત તો હું કદી ના કહેત જ નહીં. એ તો ઠીક, પણ તું લાવી છે કોને ? કોઈક લાગે છે માલદાર !"

"કેમ જાણ્યું ?"

"જોને તારા આખા શરીરને મઢ્યું છે. આ શ્વે (સોનું), આ નુર્વે (ચાંદી), આ સેંઈ (હીરા)માં તો લેટી રહી છે !"

"હા હા, બધું એનું જ હશે, એમ ને ?"

"ત્યારે કોનું ? માનું ?"

"બિલકુલ નહીં."

"ત્યારે ?"

"કહું ? -" જઈને કાનમાં બોલી : "એક વેપારીનું છે. જોવા લઈ જવાનું કહી ઉઠાવી લાવી છું."

"તો હવે ?" "હવે શું? જઈને પાછું આપી દઈશ. મારું કામ પતી ગયું . મારે તો આને રાજી કરવો હતો."

"પછી એ ન જુએ તો?"

"તો શું કરશે? એની લૂંગી વેચીને મને શણગારે તો છે!"

"કેમ, કાંઈ નુવેઝા મોઈઝા (રૂપિયા) વાળો નથી?"

"અરે રાતો ટભ્યો(પૈસો) પણ પાસે નથી."

"એવાને કેમ પસંદ કર્યો?"

"બર્મી છોકરીને એ પ્રશ્ન જ ન પૂછાય. માએ તો પસંદ કરેલો સોનારૂપા અને હીરાવાળો. મને ગમ્યો મજૂર. રાણીને ગમે તે રાજા."

"પણ મા તને વારસામાંથી ગડગડિયું પકડાવશે તો પૈસા ક્યાંથી કાઢીશ?"

"પૈસા ફ્યા પેમરે - પૈસા તો પ્રભુ દેશે. પૈસા પૈસા શું કરો છો? બાકી તો મેં એને પસંદ કર્યો છે. હું એના કપડાં સાંધીશ."

વાક્યે વાક્યે નીમ્યા હીરે ને હેમે લળકતી હતી. વાક્યે વાક્યે એનું હાસ્ય રેલાતું હતું, એની એંજીની પહોળી બાંયો ઝૂલતી હતી. પોતે પોતાની પસાંદગીનાને - ભલે મજૂરને - પરણી શકી હતી તેનો નશો એના નયનોમાં ઘોળાતો હતો. બહાર માબાપ પાસે એનો પતિ બેઠો હતો અને પ્રશ્નોના જવાબમાં પોતાની પિછાન દેતો હતો. સામાન્ય મજૂર જેવો હતો. માબાપ બેઉ હતાં. થોડી જમીનનાં ધણી હતાં. ઢો-સ્વેએ કે એના પતિએ જમાઈની ગરીબીની આ આખી વાત સાંભળ્યા પછી પણ છોકરીએ ગાંડપણ કર્યું એવો અથવા તો છોકરા પ્રત્યે કોઈ ટોણામહેણાનો શબ્દ ઉચ્ચાર્યો નહીં.

જમાઈ ભણી ફરીને ઘરધણીએ કહ્યું : "હવે તો અહીં રહીને મારી જમીનનો ભાર ઉપાડી લે, બાપુ, હું થાક્યો છું."

"નહીં." સાસુએ શાંતિથી કહ્યું: "તમે વળી શું કરીને ઢગલો વળી જાવ છો? એનાં માબાપ એકલાં જ છે, ગરીબ અને અશક્ત છે. આંહીંનું તો હું હજુ સંભાળનારી બાર વરસની બેઠી છું. નીમ્યા અને આની ફરજ તો ત્યાંની સ્થિતિ સાચવવાની છે, વળી છેટે પણ ક્યાં છે?"

નાસ્તો વગેરે પતાવીને પરોણા ઊઠ્યા. મા-દીકરીએ વિનયભેર રસ્તો આપ્યો, અને દાક્તરાણીએ જતાં જતાં નીમ્યાને બરડે હાથ ફેરવીને કહ્યું: "જ્યારે કાંઈ જરૂર પડે ત્યારે આવજો, હાં કે!"

નીમ્યાએ શિર નમાવ્યું. એ નમને એની કમ્મરનો અદભુત વળાંક બતાવ્યો.

"ભગવાન આપણી જરૂર ના પાડે." દાક્તરે નીમ્યા પ્રત્યે નિહાળી એની ગુલાબી તંદુરસ્તીને અવળવાણીમાં આશિષો આપી.

"તમારી તો નહીં જ, પણ મારી તો પડે ના!" હેમકુંવરે કહ્યું.

"હા; કદાચ આજથી નવ મહિને..."

દાક્તર એટલું જ બોલ્યા ત્યાં હાથણીએ બ્રેક ચાંપી: "હવે એ પરણેલી છે, હો કે! જરીકે વિનોદ કરશો નહીં; નકર અવડો આ એનો વર ઓલી 'ધ'ને કાનો ઉપાડશે. આમેય એની આંખ તો ફાટેલ છે જ."

"હા ભાઈ! મૂઆ પડ્યા." કહેતાકને દાક્તર ઝડપથી મોટર પર ચડી બેઠા.

"સાચોસાચ જો કોઈ 'ધ'ને કાનો લઈ આવે તો તો તમે આમ પહેલા જ ભાગોને!" હેમકુંવરબહેને ટોણો લગાવ્યો.

"તમને સ્ત્રીને તો રક્ષણ છે પુરુષોની 'શિવલ્રી'નું, બાપુ! તમને થોડો કોઈ પુરુષ હાથ પણ લગાડવાનો હતો!"

"ઈ વાતમાં કાંઈ માલ નહીં, હો દાક્તર !" હાથણીએ ચાલતી મોટરે કહ્યું: "આ ખોપરિયું નોખી છે. શિવલ્રી કે ફિવલ્રી, કાણી આડે ન આવે. ઈ તો 'ધ'ને કાનો ધા!"

મૃત્યુનો ઉત્સવ

છોડ પોચી પોચી પાણી ભરપૂર જમીનમાંથી ખેંચી કાઢ્યા, જળ ઉપર થપ્પીઓ તરતી મૂકી. પછી પાળો ખોલી નાખી ખેતરને ખાલી કર્યું, ને પાછી એ જ જમીનમાં અકેક રોપ કરી કરી રોપી આપ્યો.

કાઠિયાવાડમાં કહેવત છે કે, 'પાંદડા લીલાં દેખીને પનો પાંચ વાર પરણ્યો.' મતલબ એ છે કે પોતાના ખેતરના કપાસનાં પાંદડાં જ્યાં સુધી લીલાં જુએ ત્યાં સુધી નવો નવો કાલાંનો પાક લેતો લેતો ખેડૂત નાણાં ખરચીને પાંચ વાર લગ્ન કરતો રહે. એ રીતે બ્રહ્મી ભૂમિપુત્ર નીમ્યાના વરે પોતાના બાપના ખેતરમાં હરિયાળી ઘાટી ડાંગર દેખીને શું કર્યું?

એનું નામ હતું માંઉ-પૂ. એ એક ચાવલ-મિલમાં નોકરી કરતો. મહિને વીસેક રૂપિયા મળતા. પરણ્યા પછીના પહેલા મહિનાના વીસમાંથી એણે પહેલે જ તડાકે રેશમી લૂંગી ખરીદી, બીજે મહિને સરસ હાફકોટ લીધો, ત્રીજે મહિને એક ઘડિયાળ ખરીદ્યું, ચોથે મહીને એક મોટા ફુંગી ધર્મગુરુ ગુજરી ગયા હતા તેના ઉત્સવનું આખરી અઠવાડિયું હતું. આખા ગામને અને આસપાસની ગ્રામ્ય પ્રજાને, લાખો માણસોને ઉત્સવ સાંપડ્યો. બ્રહ્મદેશમાં જન્મોત્સવ કે લગ્નોત્સવ નથી, પણ એ બંનેનું વટક વાળી દે તેવો મરણોત્સવ છે.

ફુંગીના મૃતદેહને મસાલા લીંપી, સુગંધી દ્રવ્યો છાંટી, નક્શીદાર સુખડની પેટીમાં ત્રણેક માસથી મુકવામાં આવ્યો હતો અને હવે એનાં શેષ સંસ્કાર ટાણે પ્રત્યેક ફ્યામાં, એકેએક ચાંઉમાં, ઘરેઘરમાં નાટારંભ, જલસા, મહેફિલો અને જુગારની રમઝટ બોલી. નૃત્ય બ્રહ્મીને ઘેલી કરે છે; હજારો બ્રહ્મી સ્ત્રીઓએ પોમેડ, પાઉડર અને પફની દુકાનો પર ગિરદી મચાવી; હજારો લુંગી અને ઘાંઉબાંઉવાળા રેશમના વેપારીઓ રળવા લાગ્યા. ચાલતી નોકરીને ઠોકર લગાવીને ઉત્સવમાં સામિલ થનારાઓમાં માંઉ-પૂ પણ હતો. કાગળનાં ફૂલો બનાવીને વેચવા બેસતી નીમ્યા પણ બીજી હજારો સ્ત્રીઓ સાથે અદૃશ્ય બની, અને નીમ્યાના સસરાએ એક મદ્રાસી ચેટ્ટીની પેઢી પર જઈને ડાંગરનું પાકેલું ખેતર ગીરો મૂકી નાણાં ઉપાડ્યાં. મદ્રાસથી આવીને ધીરધારનો ધીકતો ધંધો ચલાવવામાં પાવરધા બનેલા આ ચેટ્ટીઓ બ્રહ્મદેશની હજારો માઈલ જમીનના સ્વામી બનીને બેઠા હતા. શાંતિદાસ શેઠની સોનાચાંદીની દુકાને પણ એટલો જ તડાકો પડ્યો.

દાક્તર નૌતમ અને હેમકુંવરબહેન પોતાની મેડીએ ઊભાં ઊભાં આ મરણોત્સવનું પાગલ સરઘસ જોતાં હતાં. મુસ્લિમોના તાબૂતની માફક કાગળના બનાવેલા મોટા કલાયુક્ત ફ્યા (પેગોડા) નીકળ્યા. ધ્વજો અને પતાકાઓ, ગાન અને તાન વચ્ચે ઊંચે ઊંચે

એક મંદિરના ઘુમ્મટ જેવડું એક કમળફૂલ ચાલ્યું આવે છે. એક ઠેલાગાડીમાં લોકો એને ખેંચી લાવે છે. ધીરે-ધીરે, ધીરે-ધીરે, ધીરે-ધીરે, કેમ જાણે કોઈક વસંતના મલયાનિલની લહરે લહરે ઊઘડતી હોય તેમ એની મોટી મોટી પાંદડીઓ સરખા પ્રમાણમાં ગોળફૂંડાળે ઊઘડતી આવે છે.

સહેજ ઊઘડી, વધુ ઉઘડી, અને અંદરથી અપ્સરા જેવી પાંખાળી જણાતી કો નર્તિકાએ ડોકું કાઢ્યું. જનપદે પાગલ બનીને હર્ષઘોષણા દીધી.

અપ્સરાનું સુંદર ઓળેલ સઢોંઉવાળું મસ્તક દેખાયું. હીરાના હારે હીંડળતી ડોક દેખાઈ, આછા વાયલની એંજીમાં ઢંકાયેલી પીનપયોધરવિહોણી, તસતસતા બાંધેલા કપડા વડે સપાટ કરી મૂકેલી પહોળી ચપટી છાતી દેખાઈ. એના કમ્મર સુધીના દેહને પ્રગટ કરીને પદ્મ પૂરેપૂરું પ્રફુલ્લિત બન્યું. કાંસાની કટોરીઓને ફૂંડાળે ગોઠવીને બનાવેલ બ્રહ્મી જળતરંગ પર ઝીણી ડાંડીએ સૂરો જગાડ્યા. તંતુવાદ્યોના તાર પર બજવૈયાના હાથનાં આંગળાં ફર્યાં. (બ્રહ્મી પ્રજા પવન-વાદ્યને ધિક્કારે છે.) અને પદ્મમાં ઊભેલી પદ્મશ્રીએ નૃત્ય આદર્યું.

આ નૃત્યને ચગાવવા લહેરાવવા ત્યાં ચણિયાના ચાળીસહથ્થા ઘેર નહોતા, ચૂંદડી-ઓઢણીના ચકડોળ ફરતા પાલવ નહોતા. પગને રૂંધી રહેલી તસોતસ આસમાની લુંગી આપણી કાઠીયાણી-આહીરાણીઓની જીમી કરતાંયે વધુ ચપોચપ હતી. એમાંથી જે નૃત્ય નીકળ્યું તે નૃત્ય એક આપમેળે શીખેલું નાજુક કટિનૃત્ય હતું. પદ્મશ્રીની કમ્મર તાલે તાલે ને સૂરે સૂરે પોતાના પાતળિયા લોક પાસે જાણે કે છંદો ગવરાવી રહી હતી. કોળીમાં આવી જાય તેટલી જ એ કેડ્યમાં માનવીએ મહાગ્રંથો ભરી આપે તેટલી બધી કરામત કોણ જાણે ક્યારે છુપાવી રાખી હતી.

પદ્મ પાસે આવ્યું અને હેમકુંવરબહેને હર્ષનાદ કર્યો, "અરે, અરે, આ તો આપણી નીમ્યા. અરે વાહ રે વાહ, નીમ્યા!"

પદ્મમાં નૃત્ય કરતી નીમ્યાની અને હેમકુંવરબહેનનની ચાર આંખો ભેળી થઈ અને પદ્મ-ગાડી પસાર થઈ ગયા પછી હેમકુંવરે પતિને કહ્યું "કહો ન કહો, પણ આ બાઈની આંખોમાં પોતે નાચે છે તેટલો ભારોભાર ઉલ્લાસ નથી."

"જોયું નહીં !" દાક્તરે કહ્યું, "નીમ્યા હવે માતા થવાને માર્ગે જણાય છે."

"તો તો થાકીને લોથ થવાની."

"તેનું બ્રહ્મીને શું ! આજનો લહાવો લીજિયે રે, કાલ કોણે દીઠી છે!"

"માળાં નાનાં બાળકો જેવાં."

"બસ, તેં બરાબર કહ્યું. આ બ્રહ્મી પ્રજા એની મધુર મુગ્ધ બાલ્યાવસ્થા જ વિતાવી રહી છે. અને ખોટુંય શું છે?"

"પણ એ અવસ્થા ઊતરશે ત્યારે શું થશે, દાક્તર?"

"આપણે પરદેશીઓ કદાચ એ બાળાપણનો વહેલો અંત આણી દેશું. આ નિર્દોષતા લાંબી નહીં ટકે. આપણે એનું સુખ-સોણલું ઉડાડી મૂકશું!"

"એટલે શું?"

"એટલે રતુભાઈ રોજ કહે છે તે. એમને - એ બ્રહ્મીઓને - હવે ભાન થવા લાગ્યું છે કે તેઓ ભીંસાય છે. તેઓને કોઈક છેતરી રહેલ છે. અને તેઓની ભૂમિને કોઈક પરાયાં શોધી રહેલ છે."

તે જ વખતે છાપું આવ્યું. અને ડૉ. નૌતમે મોટાં મથાળાં વાંચ્યાં. 'બર્મા ફોર ધી બર્મીઝ : બર્મા બર્મીઓનું જ બનશે ! બર્મી મજૂરોની સાથે હિંદી મજૂરોની મેલી હરિફાઈ. આ મજૂરીનું પ્રમાણ નક્કી કરવા બ્રહ્મદેશીઓનો પુકાર' વગેરે વગેરે.

'મખાં નાંઈ બૂ'

ઉત્સવ પૂરો થયો હતો. કુંગીના શબને અગ્નિસંસ્કાર થઈ ચૂક્યો હતો. સગર્ભા નીમ્યા મચ્છીનો મોટો ટોપલો ઉપાડી બજારે જઈ વેચવા બેઠી અને નોકરીવિહોણા એના ધણી માંઉ-પૂએ બે જ મહિના વાપરેલ રેશમી લુંગી, કોટ તથા ઘડિયાળ સાથે લઇ, જૂનાં વસ્ત્રો પહેરી, અપાઉં-શૉપ (પૉન-શૉપ)નો રસ્તો પકડ્યો.

અપાઉં-શૉપ એટલે ચીનાઓના હાથનો બ્રહ્મદેશનો ધીખતો ધંધો. ઠેર ઠેર એ દુકાનો ચાલતી હતી. માઉં-પૂએ ત્યાં પહોંચી એ ત્રણેય ચીજો પાણીને મૂલે ગીરો મૂકી. બાકી રહી હતી એક વીંટી. સોનાની એ વીંટી પાછા પોતાના મૂળ ધણી શાંતિદાસ શેઠની દુકાને ચાલી અને એના કાંટામાં જઈ પડી.

"એ તોલું નહીં, સમજતો જ નથી !" મુખ્ય મહેતાજીએ દુકાનના નવા પલોટાતા એક કાઠિયાવાડી જુવાનને આ વીંટીનું વજન કરતો ટોક્યો.

"ત્યારે ?"

"તોલો નહીં, ટીકલ લે, અને ઓલી ચણોઠિયું લે."

"પણ આપણે એને વેચેલ ત્યારે તો તોલાથી તોલ કરી આપેલ છે."

"હવે ભાઈ, વેદિયો થા મા ને ! દુકાનની રસમ પ્રમાણે કર ને."

"પણ તોલો જોખેલ તે ટીકલે પાછું તોળું? એને નુકસાન કરું?" જુવાન ચિડાયો.

'ટીકલ' એટલે લગભગ દોઢ તોલાનું વજન થાય. માંઉ-પૂ વીંટી ખરીદી ગયેલ ત્યારે તોલે જોખેલ, હવે પાછી લેતી વખતે ટીકલે જોખવાનું હતું.

"એને ખબર આપતો લાગે છે!" મહેતાજીએ ટોણો માર્યો. "કંઈ કમિશન ઠરાવ્યું છે?"

માંઉ-પૂ તો કશી સમજણ વગર ચૂપ ઊભેલો. એને તોલાની ગતાગમ નહોતી. એ તો પૈસા પાછા મળવાની રાહ જોતો હતો.

જુવાને તોલાના વજન પ્રમાણે જોખી આંકડો કરવા મહેતાજીને કહ્યું. એણે ખોટું લખ્યું અને મૂળ વેચતી વેળા જે વીંટીની ઘડાઈ મૂકેલી તે ન મૂકી. માંઉ-પૂ તો જે ઓછા પૈસા મળ્યા તે લઈ રાજી થતો થતો ચાલ્યો ગયો. એને તો નવું ધાંઉબાંઉ ખરીદવું હતું. હાથમાં રોકડા પૈસા આવ્યા તેને એણે નવી કમાણી સમજી લીધી.

આમ શાંતિદાસ શેઠની દુકાને બે પ્રકારનો તોલ રહેતો. વેચતી વખતે હળવો તોલ, ને પાછું ખરીદતી વખતે ભારે તોલ. ચણોઠીઓની પણ બે જાત હતી : એક વજનદાર અને બીજી હળવી ફોફાં. બાળક જેવા બ્રહ્મી લોકો તો હિંદીઓને 'ફયા લારે : પ્રભુ પધાર્યા' સમજતા. ઉપરાંત છેતરાવું એ શું તેની તેમને ખબર નહોતી. તેઓ સુખી હતા.

જુવાનનો બબડાટ શરૂ થયો. એ બબડાટે આખી દુકાનનું વાતાવરણ ડહોળ્યું. રીઢા મહેતાજીને તો આ છોકરાની સફાઈ અસહ્ય થઈ પડી. એણે જઈ શાંતિદાસ શેઠને કહ્યું. શાંતિદાસે જુવાનને ઑફિસમાં બોલાવ્યો અને કહ્યું :"તમારે દુકાનમાં બીજાં માણસોને બગાડી મૂકવાં ન જોઈએ."

"પણ આવો દગો..."

"દગો દગો કરવાની જરૂર નથી. અહીંની તો રસમ જ એ છે. બે હજાર માઈલ કાળે પાણીએ આવ્યા છીએ તે જખ મારવા નથી આવ્યા."

"તો શેઠજી, આ રીતે મારાથી નોકરી નહીં થઈ શકે." "તો બીજે શોધી લ્યો. નવા નવા છો એટલે નાચવું સૂઝે છે. રીઢા થશો એટલે તમે પણ એ જ કરવાના છો."

જુવાન ચાલ્યો ગયો અને શાંતિદાસ શેઠે હિસાબ મૂક્યો. રોકડ માંડ ત્રણ હજાર લઈને પોતે પંદર વર્ષ પર આવ્યા હતા. આજે ચાળીસ-પચાસ લાખના ધણી હતા. પોતાની પ્રામાણિકતાનો અને સોનાંરૂપાંની જાતનો સિક્કો પડતો. પોતાને રોટલાનું કામ હતું, ટપટપનું નહીં. પચાસ-પોણોસો દેશભાઈઓને પોતે નભાવતા, ઉપરાંત કોંગ્રેસના કામમાં હજારોની ભેટ આપતા. માણસ આથી વધુ શું કરી શકે ? પણ ઓલ્યો રતુ બધાને બગાડી રહ્યો છે ! એ હમણાં પીમનામાં આવીને બેઠો છે ને !

માંઉ-પૂ નવી લુંગી, જૂનો કોટ અને નવું ઘાંઉબાંઉ પહેરી ઘેર જતો હતો ત્યારે એને યાદ આવ્યું કે બૈરી હજુ માર્કિટમાં માછલી વેચતી હશે. પોતાના નવા શણગાર બતાવવા એ ત્યાં ગયો અને દૂરથી હર્ષના લલકાર કર્યા. માછલી વેચીને નવરી પડેલી નીમ્યા નળે હાથ ધોઈ કરી સઢોંઉમાંથી 'ભીં' કાઢીને લાંબા વાળ ઓળતી હતી. તેણે પણ સામો હર્ષ લલકાર્યો.

'આજનો લહાવો લીજિયે રે, કાલ કોણે દીઠી છે !' એ મૂગું ગીત બેઉનાં નયણાંમાંથી નીતરતું હતું.

'ચાલ ત્યારે, હુંયે મારાં લેકાંઉ (કંકણ) ને નધાં(બૂટિયાં) વેચી આવું." પોતાની કાનની બૂટીઓ અને હાથનાં કાંડાં ચંચવાળતે ચંચવાળતે નીમ્યાએ પતિને કહ્યું.

"શા માટે ?"

"ચાવલ લેવા પડશે ને ?"

"ચાવલ તો આપણા ખેતરમાં થયેલા ને ?"

"ગંડુ ! એ તો ખેતર જ આખું ઐયાને ત્યાં મૂક્યું."

"ચાલો ત્યારે."

ઇમિટેશનના નંગે જડેલાં નઘાં અને લેકાંઉ લઈને પાછાં બેઉ જણાં શાંતિદાસ શેઠની દુકાને આવી ઊભાં રહ્યાં ત્યારે મહેતાજીનું મોં મલકી રહ્યું. પોતાને ત્યાંથી જ બે મહિના પર ગયેલાં ઘરેણાં પાળેલાં પારેવાં પેઠે પાછાં આવીને કાંટામાં બેઠાં. આ વખતે તો એણે પેલા જુવાનને બદલે બીજાને જ તોલ કરવા બેસાડ્યો હતો. તોલનો આંકડો મૂકીને એણે પૈસા આપવા માંડ્યા ત્યારે નીમ્યાનું મોં પડી ગયું. "લઈ ગઈ ત્યારે તો તોલ વધુ થયેલો ને?" એણે કહ્યું. બ્રહ્મી નારી તોલ ભૂલી નહોતી.

"વાહ!" મહેતાજીએ કહ્યું : "ઘસારો લાગ્યો છે એ જ વાત ભૂલી ગઈ કે?"

"ઘસારો વળી કેવો?"

"પૂછી જો કોઈને પણ. સોનું તો પહેર્યે ઘસાય જ !"

"પણ આટલું બધું ઘસાય? મેંયે સોનાં બહુ વેચ્યાં છે!"

"તમારા કાન મજબૂત ખરાને એટલે ઘસાય."

"સોનું ઘસાય, પણ નંગ કાંઈ ઘસાય?"

"ઘસાય જ."

"ના, ન ઘસાય, ઉલ્લુ ન બનાવ."નીમ્યાએ રકઝક આદરી.

"બાઈ!" મહેતાજીએ માઠું લગાડીને કહ્યું : "માથાફૂટના અમે કાયર છીએ. જેમ થતું હશે તેમ થશે."

"ના, નહીં થાય." નીમ્યા રોષે ભરાવા લાગી.

"હવે ચાલ ને, જે આપે તે લઈ લે ને." માંઉ-પૂ ઊભો ઊભો પરેશાન થતો હતો.

"તું શું સમજે? તોલ બરાબર નથી. તારામાં પાણી નથી શું? પંદર રૂપિયા ઓછા લઈ જઈને ખાવું શું? ખેતર રહ્યું નહીં, કાંઈ રહ્યું નહીં ને તું તો લહેરી લાલો વગરધંધે બેઠો છે."

આ ટોણાએ માંઉ-પૂને ઉત્તેજિત કર્યો. એણે મહેતાજીને કહ્યું, "તો ચાલો તઠે આગળ." તઠે એટલે શેઠ.

"તઠે ફઠેની પંચાત ન કર. હું જ તઠે છું. તું તારે જોઈતા હોય તો લઈ લે આ પૈસા." મહેતાજીએ તિરસ્કાર કર્યો. બ્રહ્મી ભાષામાં 'તું' માટે 'મીં' નામનો એકાક્ષરી શબ્દ છે. વારંવાર 'મીં' શબ્દ વપરાવા લાગ્યો. મહેતાજીએ 'મીં' શબ્દ નીમ્યા માટે પણ વાપર્યો. આ 'મીં' શબ્દની તોછડાઈ બ્રહ્મી માણસની ખોપરીમાં ખીલો ઠોકવા બરાબર છે. માંઉ-પૂ એ તુરંત કહ્યું : "કેમ કાંઈ ઢીઢા ઉપર ચરબી વધી ગઈ છે!"

"હવે જાજા, ચભોજી! તારા જેવા તખો તો બહુ જોયા છે."

ચભોજી એટલે મૂળ માંકડ; તે પરથી ગઠિયો. તખો એટલે ચોર. તખો અને ચભોજી જેવા શબ્દો વપરાયા ત્યારે છેવટે માંઉ-પૂએ પ્રત્યેક બ્રહ્મદેશીની પરેશાની પરાકાષ્ઠા દર્શાવનાર બોલ કાઢ્યો: " મખાં નાંઈ બૂ." (આ હું સહન નહીં કરી શકું.)

"તો થાય તે કરી લેજે."

બસ, ચુપચાપ જે પૈસા મળ્યા તે ગણી લઈને માંઉ-પૂ નીમ્યાને લઈ ચાલ્યો ગયો. મહેતાજીને પેલા વેદિયા જુવાન તરફ ફરીને કહ્યું: "જખ મારીને લઈ ગયાં ને! આ લોકો સાથે સતનાં પૂછડાં થયે કાંઈ લાભ નથી. આખી પ્રજા દળદારીનો અવતાર છે. એને તો ઓલ્યા ઐયા જ પહોંચે."

'ઐયા': મદ્રાસ બાજુના ચેટ્ટીઓ.

બર્માનાં ઉદ્ધારકો !

શહેરમાં ગુજરાતીઓની નવીસવી, ખાનગી જેવી એક કામચલાઉ ક્લબ હતી. શેઠિયાઓ ત્યાં બેસી રાત્રે પાનાં રમતા, જુગાર પણ ખેલતા, ખેલતાં થાકે ત્યારે ચા ને સિગારેટ પીતા, અને પીતાં થાકે ત્યારે પછી ચર્ચા કરતા. "મારા બેટાઓ! શું ફાટ્યા છે આ બર્મી મજૂરો!" શાંતિદાસ શેઠની ફરિયાદ સૌથે વધુ સખત હતી, કારણકે એના વ્યાપારમાં હમણાં પરચૂરણ વસ્તુની દુકાનનો ઉમેરો થયો હતો. "પરમ દિવસ મારી બિસ્કિટની પેટીઓ આવી, કોણ જાણે ક્યાં તૂટી, અંદરથી એક ટિન કાઢી ખોલીને મારા બેટા ગોદામમાં જ ટોળે વળી બિસ્કિટનો નાસ્તો જમાવી બેઠા. ને આજ લુંગીની પેટી તોડીને દરેક જણે અક્કેક લુંગી પહેરી લીધી. સરકારે જ ઉપર રહીને ફટવ્યા છે."

"ત્રણ કાલી બૂ!" યાંગંઉથી પોતાની શાખા તપાસવા આવેલા શામજી શેઠ બ્રિજનાં રમત-પાનાંને થૂંકાળી આંગળી વડે ફેરવતા ફેરવતા 'કૉલ' કરતા હતા.

"એક આ દાક્તરને લીલાલહેર છે!" શામજી શેઠે દોર ઉપાડી લીધો : "બિસ્કિટ ખાઈ જાય, લુંગી પહેરી લ્યે, પણ ક્વિનાઈનનો કોઈ બરમો બચ્ચો થોડો નાસ્તો ઉડાવી શકે છે!'

"ડૉક્ટર સાહેબને તો બરમાઓ બહુ વહાલા છે." ત્રીજાએ કહ્યું.

"બરમા બરમી બધાં જ વહાલાં," એમ બોલીને શાંતિદાસ સિફતથી પાનાં ફેરવતાં હતા.

"ડૉક્ટર સાહેબનું ચાલે તો આપણને ગુજરાતીઓને આંહીના વેપારધંધાથી બાતલ કરીને પાછા હિંદુસ્તાન ભેળા કરી મૂકે."

"તો શું એમ માનો છો કે આ કપાળ-ગરાસ સદાકાળ ભોગવી શકશે ગુજરાતીઓ? તમને તો શેઠ, એ બરમાઓ જ પહોંચે." ડૉ નૌતમે નજીક બેઠાં છાપું વાંચતાં વાચતાં ટમકું મૂક્યું.

"આપણા ભણેલાઓ આંહી આવવા માંડ્યા તે દિવસથી જ આપણી સાડસતી બેઠી છે." શામજી શેઠે પોતાના અભણપણાને આડકતરી અંજલિ આપી.

ડૉ. નૌતમે ફરી છાપામાંથી મોં ઊંચું કરીને પૂછ્યું : "આપણે શું આંહી પરોપકર અર્થે બેઠા છીએ, હેં શામજી શેઠ?"

"પણ આપણે કાંઈ કોઈનું પડાવી લીધું તો નથી ના?" "સરિયામ લૂંટ જ ચલાવી છે આપણે," ડૉ. નૌતમે સાફ કહ્યું, "હિંદુસ્તાનની જમીન દોરડે બાંધીને આંહી લાવ્યા છીએ? સોનું તમે વેચો છો તે શું હિંદુસ્તાનની ખાણોમાંથી આ બ્રહ્મદેશીઓના કલ્યાણાર્થે આવેલ છે? ગોરાઓની સરકાર છે, એને રીઝવીએ છીએ ને બરમાને ઠગીએ છીએ. કઈ નીતિની આપણે હિંદીઓએ છાપ પાડી છે ? ક્યો હિંદી આંહી મિશનરી બનીને ઘર કરી રહ્યો છે? ક્યો સાધુ,

ક્યો સાહિત્યકાર, સંગીતકાર કે ચિત્રકાર આંહી નિંરાતે રહ્યો છે? આ લોકોને આપણી સંસ્કૃતિનો કોણે પરિચય કરાવ્યો છે? કે કોણે એમની સંસ્કૃતિનો સમાગમ કર્યો છે?"

"સંસ્કૃતિ? આ બચાડાની સંસ્કૃતિ!" શાંતિદાસ હસ્યા" "તમે પણ દાક્તર ! હવે તો ભાઈસા'બ ભાષાનો વ્યભિચાર કરો છો હો!"

'ભાષાનો વ્યભિચાર' એ શાંતિદાસ શેઠનો ખાસ પ્રયોગ હતો. ગુજરાતીઓનાં કોઈ પણ સભા-સમારંભ થતાં ત્યારે મુખ્ય વક્તા પોતે જ બની જઈ પોતે હંમેશાં ઊછળી ઊછળીને ભાષણ કરતા. તેમના લાક્ષણિક પ્રયોગ આટલા

જ્યાં જ્યાં વસે એક ગુજરાતી

ત્યાં ત્યાં સદા કાળ ગુજરાત

એક કવિ ખબરદારની ટૂંક; અને બીજું-

'બર્મા, ધ લૅન્ડ ઑફ પેગોડાસ!' (બર્મા, ભવ્યમંદિરોની ભૂમિ!)

ને ત્રીજું-

'ભાષાનો વ્યભિચાર!'

એમાંથી 'બર્મા ઇઝ ધ લૅન્ડ ઑફ પેગોડાસ' પોતે પંડિત જવાહરલાલની પધરામણી પછીથી વાપરવું છોડયું હતું, કારણકે શાંતિદાસ શેઠે સ્વાગત-ભાષણમાં એ શબ્દો વાપર્યા તેના પર પણ પંડિતજીએ ટોણો લગાવ્યો હતો કે, "બસ! શું બર્મા ફક્ત પેગોડાનો (મંદિરોનો) જ દેશ છે! બાકી શું બર્મા કશું જ નથી? ગોરા લોકોએ ગોખાવેલું જ ગોખ્યા કરો છો? બર્મામાં માણસો નથી શું ? મંદિરો જ છે એકલાં!"

"કાં શેઠ ?" ડૉ નૌતમે મોં મલકાવીને પૂછ્યું, "શું વાંધો આવ્યો? સમ્સ્કૃતિ ન કહેવાય?"

"અરે, આ ખરચુ જઈને પાણી પણ ન લેનારી વેજા..."

એ વાક્ય પૂરું થતાં પહેલાં તો બે ગોરી મહિલાઓ ક્લબમાં દાખલ થઈ. એને આવકાર આપતાં શાંતિદાસ, શામજી વગેરે ઊભા થઈ ગયા. ફક્ત એક ડૉ નૌતમે માથું છાપામાં ડુબાવી રાખ્યું.

"જુઓને, શેઠિયાઓ!" ગોરી મહિલાઓએ અંગ્રેજીમાં રુઆબભેર છાંટ્યું: "અમે હર એક્સેલન્સી (ગવર્નર સાહેબનાં પત્ની)ના નામથી બ્રહ્મી લોકોના ઉદ્ધારનું મિશન ચલાવીએ છીએ. આ જુઓ હીઝ એક્સેલન્સીનું ભલામણપત્ર, અને બીજા સંભાવિત

ગોરા અફસરોના પ્રમાણપત્રો. આ રહી દાતાઓની ટીપ. આ વહેમોમાં અને કુંગીઓનાં ધતિંગોમાં ફસાયેલ પ્રજાનો પુનરુદ્ધાર પ્રભુ ક્રાઈસ્ટના દયાધર્મ વગર થઈ શકે તેમ જ નથી. યુ જેન્ટલમૅન (તમે ગૃહસ્થો) આ ભૂમિમાંથી ઘણું લૂંટો છો. તમારી ફરજ છે કે બર્મી પ્રજાના ઉદ્ધાર-કાર્યમાં અમને મદદ કરવી. તમારી મદદની હર એક્સેલન્સી બરાબર કદર બૂજશે."

એ ધોધબંધ વહેતા અંગ્રેજીના શબ્દપ્રવાહમાં જાદુ હતું. બોલવામાં વશીકરણની છટા હતી. બાઇબલનાં સૂત્રો સાથે 'ભગવદ્ ગી-ટા'નો ઉલ્લેખ પણ આ મહિલાઓએ વીસેક વાર કર્યો અને 'ભ-ગ-વદ્ ગી...ટા' શબ્દે તો શેઠિયાઓને પાણી પાણી કરી નાખ્યા. શેઠિયાઓએ એકબીજા સામે જોયું અને ગોરી મહિલાઓએ ખરડાનો કાગળ ટેબલ પર છટાથી બિછાવી દેતાં કહ્યું : " અમરા બર્મા પુનરુદ્ધારના મિશનના વાર્ષિક ઉત્સવમાં હર એક્સેલન્સી અમારા પ્રત્યેક દાતાને રૂબરૂ મળી ઓળખાણ કરવા ઉત્સુક છે."

"ભરો ત્યારે, શામજી શેઠ," શાંતિદાસ શેઠે કહ્યું.

"ના પહેલા તમે શેઠ,"

"અરે વાત છે કાંઈ? ત્રણ રાઇસ મિલોના ધણી બન્યા છો!" "લ્યો ત્યારે, ભાઈ!" એમ કહીને શામજીભાઈએ પોતાની રકમ ચડાવી.

"વૉટ!" એ રકમને જોતાં જ ગોરી મહિલાએ વિસ્મયભર્યું હાસ્ય ચમકાવીને શામજી શેઠનો હાથ ઝાલ્યો. એટલા સ્પર્શે તો શામજી શેઠે સાતમા સ્વર્ગનું રોમાંચ અનુભવ્યું. ગોરી મહિલાએ એમના હાથમાંથી કલમ લઈ લીધી અને કહ્યું: "હર એક્સેલન્સી મને ધમકાવી જ કાઢે કે બીજું કાંઈ ? મને કહેશે કે સ્ટુપિડ ! શામજી શેઠના રૂપિયા પચાસ ! હોય કદી ? આમ જુઓ. તમારો હાથ ન ચાલે, જેન્ટલમૅન ! હું વધુ કશો ફેરફાર નથી કરતી. ફક્ત આટલો જ -" એમ કહીને પાંચડા પર જે એક મીંડું હતું તેની જોડે બીજું એક મીંડું ચડાવી દીધું અને કહ્યું : "હર એક્સેલન્સી કેટલું એપ્રિશિયેટ કરશે તે જાણો છો?"

શામજી શેઠનાં નયનોમાં હર એક્સેલન્સીની એ ભાવિ 'એપ્રિસિયેશન' (કદર) તગતગી રહી.

"અને હવે જેન્ટલમૅન, તમે !" કહેતી બાઈ શાંતિદાસ શેઠ તરફ વળી. "તમે તો બર્મી લોકોને ખૂબ લૂંટો છો. એનું પ્રાયશ્ચિત કરો. પૂરતું પ્રાયશ્ચિત કરો. ક્રાઇસ્ટ પ્રભુની દયા હશે તો ઘણું વધુ મેળવી શકશો. પંથ ભૂલેલા બર્મન લોકોના એ તારણહારને ખાતર

થેલીની દોરી છોડી નાખો. હર એક્સેલન્સી જે કષ્ટ ઉઠાવી રહેલ છે તેની સામે જુઓ. બોલો, શું ભરું?"

"આપને ઠીક લાગે તે." શાંતિદાસ શેઠને હર એક્સેલન્સી સાથે હાથ મિલાવવાનું મધુર સોણલું આવ્યું.

એક હજારનો આંકડો પાડીને ગોરી રમણીએ શાંતિદાસને બતાવ્યો.

"બસ, એમાં મારે તો શું જોવાનું હોય ! એઝ યુ પ્લીઝ : જેવી તમારી ઇચ્છા." શાંતિદાસ શેઠે ટૂંકું પતાવ્યું. મનમાં એમ કે લેવા આવે ત્યારની વાત ત્યારે !

"ને હવે યુ જેન્ટલમૅન !" બાઇએ ડૉ. નૌતમને પકડ્યા. "એમ છાપા પાછળ મોં છુપાવ્યે નહીં ચાલે. બોલો શું ભરો છો?"

"એક પાઈ પણ નહીં." ડૉક્ટરે હળવે મોંયે જવાબ વાળી વળી પાછું છાપું વાંચવું ચાલુ રાખ્યું.

"કેમ ? બ્રહ્મી લોકોના ઉદ્ધારમાં તમારી જવાબદારી નથી ?"

"તમે ઉદ્ધારકો છો એમ હું સ્વીકારું તો ને ?"

"તો શું અમે બગાડીએ છીએ?"

"કદાચ એમ જ."

"આ તો ધૃષ્ટતાની અવધિ!"

"એમ પણ ગણી શકો છો. કોઈ પણ પ્રજાને કોઈ બીજી પ્રજાનો ઉદ્ધાર આ રીતે કરવાનો હક નથી."

"કઈ રીતે?"

"એના ધર્મને, સંસ્કારને, રીતરિવાજોને ગાળો દેવાની અને એક ખ્રિસ્તી ધર્મને જ સર્વોદ્ધારક ગણાવવાની રીતે."

"પણ એના ફુંગીઓ..."

"એના ફુંગીઓ ભલે ભ્રષ્ટ હોય, તમે કંઈ દેવદૂતો નથી. એના ફુંગીઓ એમને નહીં પોષાય ત્યારે એ લોકો જ એનો અંત આણશે."

"આ સદ્‌બોધ લેવા અમે અહીં નથી આવ્યાં."

"હું આપવા માટે ક્યાં તમને શોધતો હતો ? પણ તમને બોધ ગમતો નથી, પૈસા ગમે છે: જ્યારે તમે પોતે એવું માનવાની ધૃષ્ટતા રાખો છો કે તમારો બોધ બીજા સૌને ગમવો જોઈએ."

"હર એક્સેલન્સી બહુ નારાજ થશે, ન ભૂલતા."

"નારાજ થાય તો ઓછેથી પતશે. એ રાજી થાય તો જ જોખમ."

"તમારું નામ ?"

"પૂછી લેજોને નીચે દરવાનને."

બબડતી બબડતી તે બેઉ ઈસુ-સેવિકા ચાલી ગઈ. પછી ડૉ. નૌતમે શેઠિયાઓને કહ્યું : "આમની તો ખબર છે ને? - ખરચુ જઈને પાણી લ્યે છે કે નહીં?" શેઠિયા, મૂંઝાયા. ડૉ. નૌતમે કહ્યું : "આ બ્રહ્મદેશીઓ તો એવો વહેમી ખુલાસો આપી શકે છે, કે ભાઈ, અમને દેવો ને અપ્સરાઓ ઉપાડી જતા, એટલે અમારા દેહને થોડા મલિન રાખીને દેવોથી જે ઉગાર શોધવો પડ્યો હતો તેની આ પરંપરા અસલથી ચાલી આવે છે; પણ આ લોકોની પાસે છે કાંઈ વહેમરૂપે પણ ખુલાસો ! ઉપરાંત, જેવા છે તેવા પણ આ બ્રહ્મીઓ આપણને શોધવા નથી આવ્યા. આપણે એને શોધતા આવ્યા છીએ ને હેમહીરા વેચવા છેક એમના અંતઃપુરમાં પેસી જઈએ છીએ, એ ભેટ ધરે છે તે ફળો-મેવા ખાઈએ છીએ, એની પાસેથી વસ્તુના વીસ ગણા દામ પણ છોડતા નથી. એમાં એમની ગોબરાઈ કોઈ ઠેકાણે ગંધાઈ છે આપણને ? અને આત્મસુધારણાનું કાંઈ કામ એ ઉપાડે છે તો આપણે શું ઉત્તેજન આપીએ છીએ ? આ ગોરી બાઈ તમને ખંખેરી ગઈ. આઠ દિવસ પર બર્મી સુધારક-સેવકો આવેલા તેમને આપણે કાંઈ કેમ નહોતું આપ્યુ ?"

"એ બધાં ઊંડાં પાણીમાં ઊતરવાથી શું?" શામજી શેઠે સમેટવા કોશિશ કરી : "આપણાથી થાય તેટલું કરી છૂટીએ. આપણે તો પરદેશી પંખીડાં ! વાની મારી કોયલ ! આંહીં તો જવાહરલાલજી પણ આવે ને ગવર્નર પણ આવે. આપણે તો રોટલાથી કામ કે ટપટપથી? સૌનાં મન સાચવવાં પડે."

"ભાઈસાહેબ ! આંહીં આટલું રળીએ છીએ તો દેશની સેવામાં દાન કરી શકીએ છીએ. છાશવારે ઉઠીને ફલાણા વિદ્યામંદિરના સંચાલક, ને ઢીંકણા હરિજન આશ્રમના આચાર્ય, ને લોંકડા ગુરુકુળની છોકરીઓ, હાલ્યાં જ આવે છે. દુકાળ અને ધરતીકંપનો કોઈ પાર છે ? સાથે ગાંધીજીની ચિઠ્ઠી ને વલ્લભભાઈનો ભલામણનો પત્ર ! આપણને કોઈ દી વિસામો છે ! સૌને બાળવું પડે છે."

"એ આપની વાત સાચી છે, શાંતિભાઈ !" ડૉ. નૌતમે સ્વીકાર કર્યો, "હું કબૂલ કરું છું. આપણને જેમ કમાણી સિવાય બીજા કોઈ નૈતિક સાંસ્કારિક પ્રશ્નની પડી નથી, તેમ દેશમાંથી ફાળા કરવા આવનારાઓને આપણી મૂંઝવણોની પરવા નથી. તેઓ તો આપણાં નામ અને તમારા જેવાની છબીઓ હિંદના છાપામાં આપી કૃતાર્થ થાય છે. આપણે આપણો વળ કેવી ઠગાઈ કરીને ઉતારશું તેની તેમને કશી ખેવના નથી."

"પણ કરવું શું?"

"હવે એમ કરો, શાંતિભાઈ!" નૌતમે કહ્યું : "જે કોઈ સેવકજી ફાળો ભરાવવા આવે, તેમના ખરડામાં એમ લખાવો, કે આ પચાસ બર્મી સ્ત્રીઓને છેતરવાની કમાણી; આ એક બરમાનું ડાંગરનું ખેતર પડાવી લેવાની પ્રાપ્તિ; આ દસ ગુજરાતી પગારદાર નોકરોને ચૂસી બચાવેલી રકમ ફલાણી સંસ્થામાં આપું છું; બસ, એમ લખીને આપવું."

"તો શું તમને લાગે છે, ડૉક્ટર સાહેબ, કે આ હિંદના સેવકો ભાયડા ના પાડે ? આશા જ ન રાખતા હો કે ?"

"હું તો કહું છું કે બર્માની આપણી કમાણી પર અગ્ર હક બર્માના ખુદના, ખુદ બ્રહ્મીજનોના હાથના ઉદ્ધારકાર્યનો રહેવો જોઈએ."

વાત તો બહુ વધી ગઈ. રાત પડી ગઈ. સૌ ઊઠ્યાં. ત્યાં શાંતિદાસ શેઠે યાદ કીધું: "અરે ભાઈ, કાલે તો ઓલ્યા ફો-સેંઈનો જલસો છે. ડૉક્ટર, તમે આ લોકોની સંસ્કૃતિનું બહુ ફૂટો છો, તો હાલો જોવા હાલશું કાલે ? જાયેં, પાંચસોનું ધાડું જ જાયેં. ભલે બચારો ખાટતો. આ બરમાઓ ફો-સેંઈ પાછળતો ગાંડાતૂર છે. ફો-સેંઈ આવ્યો એટલે હવે ખાશેપીશે નહીં, ખુવાર મળી જશે એના નાચ ઉપર."

"મારો વાલો બૂઢિયો, ભેળો સવાસો નાચનારિયુંનો કાફલો રાખે છે હો !" ત્રીજાએ કહ્યું.

"નાચવામાં જ બર્મા જવાનું છે." શામજી શેઠે ટકોર કરી. "જાયેં ત્યારે. ખટાવીએ બચાડા ફોશીને અને રાજી કરીએ ડૉક્ટર સાહેબને. બાળીએ બર્માની સંસકરતી ખાતે પચાસ રૂપિયા !"

પરિયાણ કરીને સૌ છૂટા પડ્યા.

ફો-સેંઈના નૃત્યમાં

આસન નથી. હિંદીઓએ પણ એ પારકી ચાટેલી એઠ છે.

એ કલઠાંઈ ઉપર એક પણ બરમો બેઠો નથી. હિંદીઓ આવી આવીને બેસતા ગયા. શેઠિયાઓનાં કુટુંબોએ ખુરશીનાં આસનો રોક્યાં. સાદડીઓ પર સૌની સાથે બેસતાં તેમને નાનમ લાગી.

હેમકુંવરની સાથે ડો. નૌતમ દાખલ થયા ત્યારે વ્યવસ્થાપક આવીને એને કલઠાંઈવાળું સ્થાન બતાવી ગયો. "આઈયે આઈયે, ડોક્ટર!" શેઠિયાઓએ સાદ કર્યો.

"ના રે ના, આંહીંયે પાછા જુદા ને જુદા તરી નીકળવું? અમે તો ત્યાં સૌની સાથે જ બેસશું."

એમ કહીને એ તો આગળ ચાલ્યા, ને શામજી શેઠે ટકોર કરી: "આ ખુરશી ઉપર દાક્તરાણી સમાય પણ નહીં ના, બાપા!"

એમની પાછળ ભાઈ મનસુખલાલનો પરિવાર હતો. મનસુખલાલ ગુજરાતી, અને પત્ની બર્મી. સાથે યુવાન પુત્રી હતી.

શાંતિદાસે કહયું: "આ મનસુખલાલે તો રહી રહીને વીસ વર્ષે જતું પરણેતર જાહેર કર્યું."

"તો આટલાં વર્ષ શું રખાત તરીકે રાખેલી?" બીજાએ પૂછ્યું.

"એમ જ ના?" "ના એ ના, રીતસર ગૃહિણી જ છે. માત્ર લગ્નવિધિ નહીં કરેલ."

"દેશમાં એને પરણેલ સ્ત્રી છે?"

"નહીં."

"ત્યારે પછી રખાત કેમ કહેવાય?"

"લગ્ન તો કરેલ નહીં ને! પણ હવે દીકરી સાંઢડો થઈ, પરણાવવી જોશે, એટલે લગન જાહેર કર્યું."

"આ રહ્યા મુરતિયા!" પાછળ ચાલ્યા આવતા એક યુવકને જોઈ શામજી શેઠ બોલ્યા. એ યુવક હતો રતુભાઇ: રંગૂનની ચાવલ મિલો છોડીને આખરે પાછા ફરી વાર એણે પીમનામાં સોના-ઝવેરાતનું પોતાનું જૂનું ક્ષેત્ર હાથમાં લીધું હતું. "બાઈને કોઈ લેતું નથી, ને ભાઇને કોઇ દેતું નથી. સરખાસરખી જોડ છે."

"લાગે છે એ જ વેતરણમાં."

એ બધાં સીધાં ચાલ્યાં ગયાં ને પોતપોતાની ચટાઈઓ બિછાવીને બર્મી લોકોની સાથે બેઠાં.

ચટાઇ પર નીચે બેઠાં બેઠાં ચોમેર નજર કરતા નૌતમે પત્નીને બતાવ્યું: "નીમ્યા દીઠી?"

"ક્યાં?"

"ઓ રહી." આંખથી જ દિશા બતાવી. "અરે, એની પાસે તો બાળક છે ને શું? કેવી રીતે! એને છોકરું આવ્યું તેને માટે આપણે કશી ભેટ લઈ જવાનું જ ભૂલી ગયાં!"

એમ કહેતી હેમકુંવર ઊઠી અને દૂર એક ચટાઈ પર બેઠેલ નીમ્યા પાસે ગઈ, નીમ્યાને ઝબકાવી, કોઈ ન કળે તેમ કેડ્યે ચીમટીનો વળ દઈને ઠપકો આપ્યો: "ખબર પણ ન આપી કે?"

"માંડ માંડ બચી છું." નીમ્યાએ પ્રસવ-પીડાની વાત કરી.

"તો અમને કેમ ન બોલાવ્યાં?"

"આ રૂપાળા શરમાઇને બેઠા રહ્યા!" નીમ્યાએ પતિ બેઠો હતો તે તરફ આંખો કરી.

"પણ હવે તું કરે છે શું?માની દુકાને બેસતી નથી?"

"ના, હમણાં તો રતુબાબુ એની દુકાનેથી ચીજો આપે છે તે વેચવા મહેનત કરું છું."

"તું ફિક્કી પડી ગઈ છે."

"અરે હોય કાંઈ?" નીમ્યા બ્રહ્મી નારી હતી.એનો બોલ મોળો હોય જ નહીં. "એ તો આ છોકરો ધાવે છે તેથી. બાકી તો લહેરમાં છું. બાબલો ક્યાં?"

"ઘેર નોકર પાસે."

"એમ ઘેર કંઈ મુકાય? આ જુઓને, અમારાં બધાં છોકરાં અહીં લહેરથી ઊંઘે છે."

"મને શી ખબર કે આ રીતની બેઠકો હશે? હવે તું આ બધા ફ્રો-સેંના નાચ-મરોડો શીખી લેજે હો કે? તારે પાછું કોઇક દિવસ કમળમાં નાચવું પડશે ને? હજુય નાચે કે?"

"હો-હો! ઘરડી થઈશ તોપણ નાચવું નહીં છોડું." બોલતે બોલતે એણે સઢી સમાર્યો.

"આ રઢિયાળા કેમ શાંત બેઠા છે?" હેમકુંવરબહેને નીમ્યાના સ્વામીની સૂરત પર ટકોર કરી.

"નહીં રે! બેઠા બેઠા લે'રથી સેલે (ચિરૂટ) ચસકાવે છે."

"કંઈ છે નહીં ને?"

"લવલેશ નહીં. આનંદ છે. મોજ કરીએ છીએ.

બેઉ જણાની વાતો બંધ પડી. રંગાલય પર વગર ઘૂઘરે, વગર નૂપુરે ને ઝાઝા થથેડા-લપેડા વગર ફો-સેંઈનું નૃત્ય હજારો આંખોને એક જ તારે પરોવી રહ્યું, ત્યારે મા-નીમ્યાનો પતિ કોઇ ન જાણે તેમ કલઠાંઈ(ખુરશીઓ)વાળા સમૂહમાં નજર ખુતાડી રહ્યો હતો.

બાવીશ વર્ષનો યુવાન રંગભૂમિ પર દાખલ થયો. એ ફોં-સેંઈ નહોતો, બુઢ્ઢો ફો-સેંઈ હવે સ્ટેજ પર આવતો બંધ પડ્યો હતો. આ એનો પુત્ર હતો. ચપોચપ લુંગીમાંથી એના પગ ચગવા લાગ્યા. એની સાથે રંભાઓનું વૃંદ હતું. એક પછી એક દરેકની પાસે જઈને એ ફૂંડાળે સહનૃત્ય કરવા લાગ્યો. પહેલો વિરામ આવી પહોંચ્યો.

કલઠાંઈવાળા ખુરશી-બ્લોકમાં વાતો ચાલી:

"ગોથું ખવરાવી દ્યે એવું જ છે આ ફો-સેંઈનું, હો ભાઈ! વાત તો સાચી. આમાં બરમાઓનાં કલેજાં હાથ ન રહે."

"જુઓ ને જુવાનિયાં ઊઠી ઊઠીને બહાર જવા લાગ્યાં."

"સવારે આમાંથી કંઈકનાં માવતર ગોતાગોત કરશે, બીજું શું!"

"ઠીક છે ભલા આદમી! એ હિસાબે આપણને કંઈ નુકશાન નથી. એ બચ્ચાઓ લહેર માણતા હશે તો જ આપણે બે પાંદડે થશું." "પણ ફુંગીઓ વીફર્યા છે, હો ભાઈ! આ નાચણવેડા સામે એમની આંખ ફાટી છે."

"તઢીંજ્યુનું પ્રદર્શન જોયું ને?"

તઢીન્જ્યુ એટલે દિવાળી. આપણી દિવાળી કરતાં પંદર દિવસ વહેલો આવતો બ્રહ્મદેશનો દીપોત્સવ. તધુલામાં જેવા તોરથી તેઓ પાણી ઉડાડે તેટલા જ તોરથી પાગલ બનીને બર્મા તઢીંજ્યુમાં દીવા જલાવે. કાગળનાં ફાનસો, અંદર જલે દીવા, અને અંદર દીવા ફરતી કંઈક પશુપંખીની રચના કરી હોય. નદીમાં પણ દીવાનાં મોટાં સૈન્યો તરે.

"શું છે એ પ્રદર્શનમાં?"

"બાવલાં બનાવ્યાં છે. એમાં એક સ્ત્રી પરી થઈને આકાશમાં ઊડી જાય છે ને પાછળ પાંચ છોકરાં પૃથ્વી પર ટળવળે છે. બાવલા પર લખ્યું છેઃ નાચણવેડાનું પરિણામ!"

"માળો રતુ પણ પક્કો લાગે છે હો!"

'કાં?" "ઓલી મનસુખલાલની બર્મી છોકરી બહાર ગઈ, પણ, પોતે ઊઠ્યો નથી હજી.

"આપણને જોઇને, બાકી તો ગોઠવાઇ ગયો લાગે છે."

એટલામાં નવું નૃત્ય ચાલુ થયું.

ઇન્દ્ર બનેલો ફો-સેંઈ કુમાર પાછો આવ્યો. ઇન્દ્રનો કોઇ ખાસ વેશ નહીં, માત્ર નવરંગી લુંગી. એંજી ને ઘાંઉબાંઉ બદલેલ, પરંતુ ઇન્દ્ર રૂપે ઓળખાય વધુ આભૂષણોથી. ઝાઝે હીરે ઝળકતી વીંટીઓથી ભરેલા હાથનાં આંગળાં, હીરે જડેલ બટનથી મઢેલી છાતીઃ બસ આટલા જ્યોતિકણો એને સર્વ પાત્રોથી જુદો પાડવા માટે પૂરતા હતા. અને એને સર્વની ઉપર લઈ જનાર તો એનું રૂપ હતું એનું નૃત્ય હતું.

"એક વિદુષક પણ જોડાજોડ હતો. (આપણાં નાટકોના રાજાની પાસે પણ એ જ રહેતો, આપણી ભવાઈનાં મુખ્ય પાત્રો પાસે પણ એ ડાગળારૂપે હતો. અને આપણામાંના નરોત્તમોની નજીક સાચા જીવનમાં પણ એ ક્યાં નથી હોતો!)

વિદૂષકે વઢવેડ ઊભી કરીઃ "નાચવાની તાકાત છે? આ મારા મૃદંગ-બજવૈયાને લગી શકે તો કહું કે તું ખરો ઈન્દ્ર છે."

"તૈયાર છું".

"મોઈ ત્વામે." (થાકી જઈશ, થાકી.)

"મમો દેબુ". (ન થાકું.)

પછી તો એ નટરાજના પગ અને મૃદંગ પરની કર-થપાટો, બેઉ વચ્ચે વેગીલી સ્પર્ધા ચાલી. નટરાજે સાંકડા લુંગી-ફૂંડાળે પગની કણીએ કણીઓ કરી વેરી દીધી. મૃદંગે એ કણીઓના પણ છૂંદા બોલાવ્યા. ઇન્દ્રની છાતી શ્વાસે ભરાઇ ગઈ. એ જરીક પસીનો લૂછવા જાય ત્યાં તો વિદૂષક ચિત્કારી ઊઠેઃ "મોઈ ત્વારે!" (થાકી ગયો, બસ થાકી ગયો!)

"મમો દેબુ, ખીમ્યા! મમો દેબુ. (નથી થાક્યો, બાપા! નથી થાક્યો!) બજાવો મૃદંગ, ઝપટથી બજાવો."

આખા પ્રેક્ષકગણને અદ્ધર ઉપાડી લેનાર એ નૃત્ય હતું. કોઇનો શ્વાસ હાલતો નહોતો. અને તે સૌમાં વધુ થડકાર નીમ્યાના હૃદયમાં હતો. શું થશે! ઈન્દ્ર થાકી જશે ને હારી જશે તો શું? હે ફ્યા! મારામાં જે જોર હોય તે એનામાં સિંચાજો; નૃત્યનો વિજય થજો. બધું હારજો. એક નૃત્ય ન હારજો!'

-ને છેવટે મૃદંગકાર તાલ ચૂક્યો, અને પ્રેક્ષકોએ તાળીના ગડગડાટ કરી હથેળીઓ તોડી નાખી. નીમ્યાનું દિલ ફ્યાને ઝૂકી પડ્યું.

કિન્નો

આવતો હતો ! ઘેર પહોંચીને થોડી નિરાંત વળી, પતિ ઊંઘતો હતો. બારણું ઉઘાડીને પાછો પતિ તો ઘસઘસાટ નસકોરાં ખેંચવા લાગ્યો. નીમ્યાએ માન્યું કે નહીં નહીં, આ તો ન હોય એ કામો કરનારો ! એવું કર્યા પછી ઉંઘ આવે કદી?

તોપણ મન ન રહ્યું. માંઉ-પૂને ઢંઢોળીને જગાડ્યો. પેલા ખૂનની વાત કરી. પતિ તો સાંભળતો સાંભળતો પાછો ઘોંટવા મંડ્યો. ફરી ઢંઢોળી, ચૂમી ભરી, પૂછ્યુંઃ 'કહો તો ખરા ! તમે તો નથી કર્યું ને!" જવાબમાં એ, જરાક હસીને પાછો ઊંઘવા લાગ્યો. નીમ્યા સમજી ગઈ, અંદરથી કંપી ઊઠી. પણ ઘૂંટડો પી ગઈ, બસ વાત એટલેથી જ પતી ગઈ. બર્મી પોલીસે પણ આ ખૂનને ગાજર કે ચીભડું સમારવા કરતાં કશી જ વધુ મહત્તા આપી નહીં.

એ ખૂન અણપકડાયું જ રહ્યું. પણ તે પછી માંઉ-પૂ વધુ ને વધુ એદી બનીને બેસી રહેવા લાગ્યો; પરસાળમાં ચટાઈ પર પડ્યો પડ્યો સેલે ફૂંક્યા કરે, એનાં ધૂમ્રગૂંચળાંમાં અનેક સર્પાકારો, સિંહાકરો, હાથી-મોરલાના આકારો કલ્પી કલ્પી ઘેનઘેરી આંખોએ નિત્ય નિહાળ્યા જ કરે. ને એ કોઈને પૂછે કે તમે ક્યાં જાઓ છો ને શું કરો છો, ન કોઈ એને કહે કે તું કંઈક ધંધે લાગ. બુઢ્ઢી હજી પણ મચ્છી વેચવા જતી હતી. બુઢ્ઢો પણ પારકી રાખેલી થોડી-સી જમીનમાં કમોદનું વાવેતર કરાવવા જતો હતો. ને નીમ્યા બાળકને પીઠ પર બાંધી લઈ બજારે જતી. પોતે ટાઢતડકો વેઠતી, નબળાઈના સાંધા દુખતા, પોષણ તો કેવળ ભાત મચ્છીનું જ હતું, છતાં દુઃખ કે પીડા શી ચીજ છે તેનો વિચાર કરવા બેસવાનો તો આ બ્રહ્મી સ્ત્રીમાં સંસ્કાર જ નહોતો. પતિ અપાંઉ-શૉપમાં જઈ કઈ ચીજ ગીરો મૂકી આવ્યો છે તેનો પ્રશ્ન એ કરતી નહીં. પતિ ક્યાં જાય આવે છે તેની નજરે એ રાખતી નહીં. પતિ નવી લુંગી-એંજીના કે ઘાંઉબાંઉના પૈસા ક્યાંથી કાઢે છે એ પણ પૂછતી નહીં. રાતે પતિને મોડા ઘેર આવવાની ટેવ પડી, તો તે પણ એણે સ્વાભાવિક જ સમજી લીધું. રાતના બે કે ત્રણ બજ્યે આવીને એ બારણું ઠોકતો ઠોકતો બોલાવે કે 'નીમ્યા એ...!' એટલે સામો 'શિંય'(જી) એવો ટહુકો પડ્યો જ હોય, દાદર પર ફના (ચંપલ) સરકી જ હોય, અને શાંતિથી દ્વાર ઊઘડ્યાં જ હોય. બીજી વાર કદી સાદ કરવો ન પડે, અને બીજો કોઈ શબ્દ તે બાદ પણ સંભળાય નહીં. નિઃસ્તબ્ધ રાત્રિના નિર્જન પહોરે બસ એ જ ટહુકો અને એ જ પડઘોઃ

"નીમ્યા એ...!"

"શિંય !"

પાડોશીઓએ બીજું કશું કદી સાંભળ્યું નહીં, આવા તો મહિનાઓ પર મહિનાઓ ગયા. રાતે બાળક ઊંઘી ગયું હોય તો પોતે બેઠી બેઠી પતિનાં ફાટેલ કપડાં સાંધવાનું પ્રત્યેક બ્રહ્મી નારીનું પાંચમું કર્તવ્ય બજાવ્યા જ કરતી હોય.

બીજું એક સુખ આ બ્રહ્મી સમાજમાં એ હતું, કે કોઈ પણ સગુંસાગવી કે પાડોશી આવીને એવી આધીપાછી નહીં કરે, કે તારો વર અમુક કાકા(મલબારી)ની હોટલમાં ગપ્પાં ટીચતો હતો અથવા અમુક કોઈ બેઆબરૂદાર ગલીમાં રાતે રઝળતો હતો.

કોઈ જો આવતું તો તે હેમકુંવરબેન. એમને નીમ્યાના દેહની દશા દેખી ઊંડું લાગી આવતું. અને બેકાર પુરુષનું ઘેર બેઠા રહેવું, પોતે કાઠિયાવાડી હોવાથી, એને ખૂબ ખટકતું. એણે બે વાર ટાકોર પણ કરી કે એ તદ્દન બેઠો શું રહે છે? તારી એને દયા નથી આવતી? આવે ડૉક્ટર પાસે, તો હું એને કશાક કામે લગાડી દઉં. અને રાતે તો તારે એને બહાર ભટકતો અટકાવવો જ જોઈએ. તું તો બ્રહ્મી સ્ત્રી છે, અમારા જેવી પરવશ નથી."

"સાચું," નીમ્યાએ જવાબ વાળ્યો; અમારી સ્ત્રી તરીકેની સ્વતંત્રતાની એ જ ખૂબી છે. અમે પરણતાં પહેલાં ગમે તેને પસંદ કરીએ, માબાપની સામે બંડ કરી ઊભાં રહીએ; પણ લગ્ન બાદ વાત જુદી બને છે. એ મારી આડે આવે તો એને હું પીંખી નાંખું. પણ તે સિવાય તો એનું મૂંગું ને પૂરું પાલન કરવાનો જ અમારો સંસ્કાર છે." "પણ આમ ક્યાં સુધી?"

"બેમાંથી એકના મૃત્યુ સુધી."

"બહુ કહેવાય."

"તમને કેમ બહુ લાગી આવે છે? મને તો કશું જ થતું નથી."

"તારા શરીર પર એની અસર છે."

"મન પર જરીકે નથી. ને શરીર તો અમારાં કયે દા'ડે તમારા સરખાં અડીખમ ભાળ્યાં'તા!" કહેતાં નીમ્યા હસી.

"પણ આ કઈ લતે ચડી ગયો છે તે તો..."

"ચૂપ!" નીમ્યાએ નાકે આંગળી મૂકી. "એ મારો પ્રદેશ નથી. મને કશું જ યાદ કરાવશો નહીં." દરેક વાક્યે એનું હાસ્ય વિરામચિહ્નની ગરજ સારતું હતું. "હું ક્યાં જાઉં છું ને શું કરું છું એ મારો વર કદી નથી પૂછતો; તો એને એવું પૂછવાનો મારો કયો અધિકાર છે?"

"તારાં બા આવું કાંઈ નથી પૂછતાં?"

"અમારા બેની બાબતમાં બીજું કોઈ માથું મારી શકે જ નહીં. એ અમારો કુલચાર છે."

હેમકુંવરબહેન અને ડૉ. નૌતમ વચ્ચે આ વિશે રાતના વાળુ પછી લંબાણથી વાતો થતી. ડૉ. નૌતમ એક જ સાર કાઢતા, કે જે પ્રજા જે રીતે પોતાના જીવનની ગડ્ય બેસાડતી હોય, તેને તે રસ્તેથી પગલું પણ ચુકાવવાનો આપણો હક નથી. હક તો નથી, પણ એમાં એ પ્રજાનું હિત પણ નથી. પરિવર્તન કદી આવવાનું હશે તો એના ને એનામાંથી જ કોઈક ક્રાંતિ જાગશે. આપણે તો આપણો એક પણ વિચાર એમના દોષમાં સુધારો કરવારૂપે એને કાને નાખવો જ નહીં."

"પણ આ ભાયડો..."

"જો ઘેલી ! ધાર કે એ ગાંડો અથવા અપંગ હોત તો?"

"તો પત્નીએ એને પાળવો પડત."

"ત્યારે એમ જ સમજવું કે મનપ્રાણનાં પણ ગાંડપણા હોય છે." "પણ આ તો આખી પ્રજાનું ગાંડપણ છે."

"હા, તો એ લોકો પોતાના સમગ્ર પુરુષવર્ગને ક્યાં ગોરાઓની કે ગુજરાતીની ગાંડાની ઇસ્પિતાલમાં મૂકવાં ગયાં છે? એ કરતાં તો, ઓરતજાત પોતે જ જો અહીં વધુ બળશાળી, વહુ સ્વતંત્ર, અને આર્થિક રીતે સ્વાલવંબી છે, તો તેની ફરજ છે કે નબળી મરદ જાતનું પાલન કરવું."

"પણ કોઈ દિવસ એને ભાન પણ ન કરાવવું?"

"કહું છું કે ના. જે દિવસ આ પુરુષોને એ ભાન થશે, તે દિવસ સ્ત્રીઓની સ્વતંત્રતા પણ તૂટી પડશે. હમણાં જે રળે છે તેનો જ હાથ માથે રહી શકે છે. બાકી હું તને કહું? હું જો તને પરણ્યા પહેલાં આંહીં આવ્યો હોત તો આંહીંની જ એકાદ રળતી વહુનો વર બનીને હળવોફૂલ રહેત."

"હજુય કરોને અડપ ! શું બગડી ગયું છે?"

"તને તો દી-કઢણો ને રળી દેનારો આ મળી ગયો એટલે એમ જ કહેને !" એમ કહેતાં એણે પાસે સૂતેલા બાબલાનો બરડો થાબડ્યો.

"સ્વાદ નહીં આવે સ્વાદ, બાઈડીનું રળ્યું ખાવામાં."

"તને મારું રળ્યું ખાવામાં જરીકે ઓછો સ્વાદ આવતો જોતો નથી. રળી બતાવ ને બાઈ, પછી જો, કે કેવા સ્વાદથી બેઠો બેઠો દિવસો ગાળું છું. સાઉં કહું છું. ઓછામાં ઓછા સાત જન્મોનો તો થાક લાગ્યો છે. તારા ગળાના સોગંદ." એમ કહેતાં એણે એ સોગંદનું સાક્ષાત સ્વરૂપ ગળે હાથ મૂકીને સરજાવ્યું.

"જોયું ને ! રળી ખવરાવનાર છો એટલે કે?" એમ કહીને હાથણીએ પોતાની બેઉ સૂંઢોનો પતિને ગળે હાર પહેરાવ્યો.

આમ આ નાનકડું બાબુ-કુટુંબ જ્યારે સુખ-સોડમાં સૂતું હતું, તે વખતે પીમનાના એક ફૂટપાથ પર નાનકડો બનાવ બની રહ્યો હતો.

એક ચીનો દુરિયાન વેચતો બેઠો હતો. દુરિયાન એક ખાસ એકલા બ્રહ્મદેશનું જ વિશિષ્ટ પ્રકારનું ફળ છે. એનું કદ નાળિયેર જેવું, ને એનું બહારનું કલેવર બરાબર શેળા જેવું કાંટાદાર! એને ચીરીને ખોલો એટલે અંદરથી પાંચેક દળદાર ચીરિયાં પડે, એમાંથી નાની પેશીઓ પડે, અને એનો પીળો ગરભ અમૃતનો આસ્વાદ આપે. એની સોડમ ઘણાને ખરાબ લાગે છે, પણ એ તો બ્રહ્મદેશીઓના ઘેનઘેરા લહેરી સ્વભાવને વધુ ઘૂંટી આપતી માદક સોડમ છે.

આવું મીઠું ને મોંઘુ દુરિયાન અનેક માણસો ખરીદી ખરીદી રાત્રીને ઠંડે પહોરે ખાતાં હતાં. તે વખતે એક માણસ થોડે દૂર ઊભીને ટરપરટોયાં મારતો હતો.

એને પણ દુરિયાન લેવું હતું. એ ગજવું તપાસતો હતો. એણે પૈસા ગણ્યા. પાસે આઠ જ આના હતા.

"ધી દુયેન્દી ભેઝેલે?" એણે ચીના પાસે જઈ દુરિયાનનો ભાવ પૂછ્યો.

"તૌ-મા." ચીનાએ તોરથી બાર આનાની કિંમત કહી.

"પણ આ તો નાનું છે. આઠ આને આપીશ?"

"ત્વા ત્વા, મીં મસા નાઈબુ! (જા જા હવે, તું દુરિયાન ખાઈ રહ્યો!) ભરો મા કયી ભૂદલા?" (કોઈ દિવસ ભાળ્યું છે દુરિયાન)

"શું કહે છે?" ઘરાકની ખોપરી ફાટી. "આ દુરિયાન મારી બ્રહ્મદેશની પેદાશ. અને તું ચીનો ઊઠીને મને એમ પૂછી શકે કે મેં દુરિયાન ભાળ્યું છે!" એમ કહેતાક ને ઘરાકે દુરિયાન ઉપાડી ચીનાના નાક પર ઝાપટ્યું. ચીબલો ચીનો વધુ ચીબો બન્યો, કાંટાળા દુરિયાને એના નાક-મોં ચીરી નાખ્યા. મારનાર ઘરાક ઘડીપલમાં પલાયન થઈ ગયો અને ઘેર જઈ એણે સાદ પાડ્યોઃ "નીમા.....એ!"

"શિંય!" પ્રલંબિત ઉચ્ચારણવાળો અદભૂત મીઠો 'જી'કાર પ્રાસ પુરાવતો સામે સંભળાયો.

સો સો દુરિયાનો પણ એ 'શિંય'ની મીઠાશને પૂરી પાડવા અશક્ત હતાં.

છતાં માંઉ-પૂનું મન હજુય ઝંખતું હતું કે પોતે નીમ્યાને માટે દુરિયાન ન લાવી શક્યો!

પતિ પલાયન

નીમ્યાના નેત્રોમાંથી ચુપચાપ પાણી દડવા લાગ્યાં. બે જ દિવસ પર પતિ એના સારુ ને બાળક સારુ નવીનકોર વસ્તુઓ લાવ્યો હતો. કહેતો કે પોતાને સારી નોકરી મળી છે!

પોતે એ નવાં આભરણો પહેર્યાં નહોતાં. પોતે તો બેઠી બેથી લગ્નજીવનનું પાંચમું કર્તવ્ય કર્યા જ કરતી હતી: પતિનાં ફાટેલાં વસ્ત્રો સાંધી-તૂની, ધોઈ-ધફોઈ, ગડીઓ પાડી આલમારીમાં મૂકવાનું કામ.

પોલીસ પૂરી તપાસ કરીને ચાલી ગઈ. પછી પોતે એકલી ઘરનાં બાર બીડીને ઘૂંટણભર બેઠી બેઠી રડતાં રડતાં એક જ વાક્ય બોલતી હતી: 'મખાં નાંઈ બૂ : મખાં નાંઈ બૂ!' (મારાથી આ સહન નથી થતું. ઓહ ! સહન નથી થતું.)

પતિ મોડી રાતે ઘેર આવતો હતો, કેમ બેકાર બેઠો બેઠો સેલે ફૂંકતો, કેમ બહુ બોલતો પણ નહીં, તેનું રહસ્ય હવે સમજાયું, શાંતિદાસ શેઠના મહેતાનું ખૂન કર્યા પછી એની ધા અસૂરી વેળાના કલીકમા તરફ વળી ગઈ હતી. એનો બ્રહ્મી સ્વભાવ પુરબહારમાં ખીલી ઊઠ્યો હતો. થોડા નુંપેઝા (રૂપિયા) તો ઠીક, પણ થોડા ટાભ્યા (પૈસા)ની લાલચ પણ એને મારફાડને માર્ગે લઈ જતી હતી.

થોડું રડી લીધું વધુ રડવાની વેળા નહોતી. વળતા દિવસે જ્યારે એની માતા ઢો-સ્વે મળવા આવી ત્યારે તો પોતે કાગળાનાં ફૂલો બનાવીને વેચવા બજારે ચાલી ગઈ હતી. મા બજારે ગઈ, થોડી મિનિટમાં જ મા-દીકરીના વિલાપ, આશ્વાસન, વગેરે પતી ગયું. વધુ સમય વેડફવાની વેળા નહોતી. દુનિયાદારીની જંજાળો જો માનવીનું લક્ષ રોકી લેવા ઊભી ન થઈ હોત તો માણસ દુઃખને કયે દા'ડે વિસારે પાડી શકત!

હેમકુંવરબહેન નીમ્યાને ઘેર આવ્યાં ત્યારે એણે આ કુટુંબના રંગઢંગમાં કોઈ મહાન વિપત્તિનાં બાહ્ય ચિહ્ન કશે નિહાળ્યાં નહીં. ઘર એવું જ ચોખ્ખુંફૂલ હતું. સઢોંઉનો શણગાર અને અંબોડાનાં પુષ્પો આબાદ હતાં. તનાખાનો ચંદન-લેપ નીમ્યાની ચામડીને છોડી નહોતો ગયો. હેમકુંવરબહેનને જોઈ નીમ્યાની આંખોમાં ઝળહળિયાં આવી ગયાં. પણ તુરત તેણે પોતાના મન પર કાબૂ મેળવી કાઢ્યો અને રોજની રીતે વાતો કરતી બેઠી. હેમકુંવરે પૂછ્યું : "ક્યાં ગયો હશે?"

"કોણ કહી શકે? શિર પર મોત છે."

"પાછા વળવાની વકી નહીં ને?"

"નહીં જ તો?"

"તું બા સાથે રહેવા ચાલી જઈશ ને?"

"ના રે ના, મારાં ઘરડાં સાસુ-સસરાને કોણ પાળે?"

"તમારામાં તો માનો વારસો મળે ને?"

"હા એની તો બહુ ચિંતા નથી."

લૂંટાયા

પણ એ જ મોટી ચિંતાનો વિષય બન્યો. બાપ બીમાર પડ્યાના ખબર મળ્યા. પોતે માને ઘેર ગઈ. બાપનું અલમસ્ત શરીર, મીઠાનો ગાંગડો પાણીમાં ઓગળતો હોય તેવી ઝડપે ગળવા લાગ્યું, કારણ કે એને દીકરીના દુઃખનો આઘાત લાગ્યો હતો. માના મન પરથી જે પ્રસંગ સરી ગયો, તે પ્રસંગે બાપની સમતાને અંદરથી કરકોલી ખાવા માંડી. બેઠો બેઠો એ તો ચિરૂટ જ પીતો હતો. આક્રંદ એ કરતો નહોતો. દીકરીની વાત પણ એ ઉચ્ચારતો નહોતો. સેલેના ધુમાડાનાં ગૂંચળાં જ એના અંતરના ગૂંચળાંના આકાર કહી બતાવતાં હતાં. બેઠાં બેઠાં જ એ ગળવા લાગ્યો.

નીમ્યા આવી તેને બાપે હમેશની માફક સ્મિત કરીને જ સત્કારી; વધુ કશો વલોપાત બતાવ્યો નહીં એટલું જ નહીં, પણ બનેલા બનાવની વધુ બીના પૂછી પણ નહીં. મતલબ કે વેદનાના બળત ઈંધણાને એણે અંદર ઉતાર્યું.

ડૉ. નૌતમની સારવાર બર આવી નહીં.

એક સવારે ડૉ. નૌતમને ઘેર માણસ આવીને એટલું જ કહી ગયોઃ "સોનાંકાકીના સ્વામી શૌંબી" (દેવ થયા). રતુભાઈને ઘેર પણ એ કહેણ પહોંચ્યું હતું. ડૉ. નૌતમ હેમકુંવર અને રતુભાઈને લઈ શોક દાખવવા પહોંચ્યા.

ઘરના ચોગાનમાં એક તંબૂ ઊભો કરીને અંદર લાંબી નવી પેટી મૂકવામાં આવી હતી. આ પેટીમાં શબને સૂવાર્યું હતું, હવા ન પેસી જાય તેવા બંદોબસ્ત સાથે પેટી પૅક કરી હતી. પેટી ઉપર ગુજરાતી કુટુંબે પુષ્પો મૂક્યાં.

મૃત્યુને ચોવીસેક કલાક થઈ ગયા હતા. એક તરફ ખાંઉ (શબની પેટી) બનતી ગઈ ને બીજી તરફ શબને સુગંધી જળે નવરાવી-ધોવરાવી નવાં વસ્ત્રો પહેરાવી તૈયાર કર્યું. પિતાના પગને અંગૂઠે નીમ્યાન વાળની લટો તોડીને બાંધવામાં આવી. એ કલાકોમાં જેને રડવું હતું તેણે રડી પણ લીધું હતું.

નજીક ચોગાનમાં તંતુવાદ્ય વગડતાં હતાં. વગાડનારાં બ્રહ્મી સગાંવહાલાં હતાં. સૂરો મૃત્યુના અવસરને અનુરૂપ હતા. બીજા કેટલાક બેઠા બેઠા કાંઈ ખાતા હતા, કાંઈ પીતા હતા, કેટલાંક ગંજીફો પણ ટીપતા હતા, જુગાર પણ ખેલાતો હતો, દારૂ પીવાનો વાંધો નહોતો. કોઈ પણ વાતે એમ સમજવાનો યત્ન હતો કે મૃત્યુ એ કોઈ અણધાર્યો અસાધારણ બનાવ નથી; મૃત્યુ પણ રોજિંદા જીવન જેવો, ખાવા ને પીવા જેવો ખેલવા ને ખુશી થવા જેવો બનાવ હતો.

પરસાળમાં બીજા બેઠા હતા ત્યાં ડૉ. નૌતમ ને રતુભાઈએ બેસીને ખરખરો કર્યો. ઘરવાળાઓએ જવાબ વાળ્યો કે 'ફ્યા લોજીંદે લુ, ધી અલૌ મશીબુ' (પ્રભુને જે માણસની જરૂર પડે છે તેનું અહીં કામ રહેતું નથી.)

એક ખૂમચો પડ્યો હતો. તેમાં ટોપરાના ખમણ વગેરેનું કંઇક ખાવાનું બનાવ્યું હતું. આવેતુઓ સહુ એમાંથી મૂઠી મૂઠી લઈને બુકડાવતા હતા.

શોક કરીને પાછાં વળ્યાં ત્યારે હેમકુંવરે વાત કહી કે "ઘરની અંદર બધાં બૈરાંમાં આ જલસાની જમાવટ જણાતી હતી, પણ સોનાકાકીની આંખો ફૂલીને લોલસાં થઈ ગઈ હતી. પોતે જાહેરમાં સૌને ખવરાવતી-પિવરાવતી ને ગમ્મત કરતી હતી. પણ મને મળી ત્યારે એકાંતે એની આંખોમાંથી આંસુનો ઢગલો થઈ ગયો હતો."

રતુભાઈએ કહ્યુઃ "આખા પીમનામાં જેની હાક વાગે તેવી જવાંમર્દ આ કાકીને પણ કેટલું લાગે છે! કોઈ ન કલ્પી શકે કે આટલી ઉમ્મરે ને આટલા ગૃહસંસાર પછી પણ એ રડે."

"શબને તો પંદર દિવસ ઘરમાં રાખે એમ લાગે છે." હેમકુંવરબહેને ખબર આપ્યા.

"તો તો નીમ્યા રઝળી પડશે." રતુભાઈને ચિંતા થઈ.

"કેમ?" ડૉ. નૌતમે પૂછ્યું.

"પંદર દિવસ સુધી રોજ જ્યાફત ને જલસા ઊડશે."

"મારે તો કાકીને કહેવું હતું કે આવા કુચાલનો ભોગ દીકરીને ન કરી મૂકે." હેમકુંવર બોલી.

"તેં એ ન કહ્યું એ સારું કર્યું. મેં વારંવાર કહ્યું છે ને કે આપણને આ પરદેશી લોકોને સુધારવા જવાનો હક નથી. એ તો અંગ્રેજોને માટે જ રહેવા દઈએ!"

"હજુ તો એ બુદ્ધની પ્રતિમા પર સોનારૂપાનાં પતરાં ચોડવા ચાહે છે."

"બચાડીને ફોલી ખાશે."

"પણ નીમ્યા પોતે જ માને આગ્રહ કરી કહેતી હતી, કે મારી વાત વિચારીને મારા બાપુની સદ્‌ગતિ ન બગાડજો."

"કોને રોશું? આપણા અજ્ઞાનને કે તેમના?" ડૉ. નૌતમે ફરી ફરી એકની એક વાત કહી.

"પણ જંગલીપણાની તો હદ કહેવાય ને? ઘરમાં મડદું પડ્યું છે, ને ખાણાંપીણાં ચાલે છે, ગળે શે ઊતરે?"

"તારા ને મારા બાપ મૂઆ ત્યારે બારમે દિવસે જ કારજની મીઠાઈઓ ઊડી હતી તે ગળે શે ઊતરતી હતી આપણા હિંદી લોકોને? વાત એમ છે કે મૃત્યુના આઘાતમાંથી કોઈ પણ પ્રકારે માણસ પાછો ચાલુ સ્થિતિમાં મુકાવા મથે છે."

"પણ આ તો ઘરમાં મડદું…"

"વત્તા-ઓછા અંશની જંગાલિયતની એ બધી એકની એક કથા છે. તને ખબર છે કે સ્મશાને આપણા ગુજરાતીઓ શું કરે છે?"

"શું?"

"ચિતા બળતી હોય ત્યારે બીડી ને ચા પીએ છે. અને બીજી તને તો ખબર છે કે તું જો આજે મરી જાય તો સ્મશાનમાં તારી બળતી ચિતા સામે જ મારે માટે નવા વેવિશાળની વાતો ચલાવાય ! બધું એકનું એક. ત્યાં આપણાં મૃત્યુ વેળા ભૂદેવો લૂંટે, આંહીં ફુંગીઓ લૂંટશે."

ધર્મને નામે ચાલતી એ લૂંટનો, સ્મશાનયાત્રાનો દિન પણ આવી પહોંચ્યો. કતારબંધ ફુંગીઓ આગળ ચાલતા હતા. તેમના હાથમાં અક્કેક પંખો હતો. પંખા પર સો સો રૂપિયાની નોટો ચોંટાડી હતી. એ નોટો ફુંગીઓને ગઈ. અને શબની ધામધૂમ ખતમ થયા પછી માને ખબર પડી કે પોતે છેલ્લી વાર લૂંટાઈ ગઈ છે.

1.   ખાલી પેટીને તીત્તા અથવા તીટા કહે છે

દીકરાની ચિંતામાં

"હીરાકંઠી તમે ચૂલાની આગોણમાં દાટી છે તે વળી - બીજી કઈ, કાકીજી ! એ વખતસર વટાવી હોત તો આ દશા ન થાત તમારા શિવાની."

"પણ શી દશા થઈ છે, માડી?" મા વધીને વધુ ચમકતી હતી. પણ એના હાથમાં માળા હતી. મન બોલ્યું કે 'ઘેલી ! મહાદેવને ઊઠાં ભણાવવાં છે ? માળા કરતી વખતે પણ મનને સમતામાં નથી રહેવા દેવું? શીદ મને છીપર માથે લૂગડાં પછાડે તેમ પછાડી રહી છો?' શરમિંદી બનીને ડોશી પાછાં મણકા જોરથી ચલાવવા લાગ્યા, અને વાત કહેનારને વધુ પૂછતાં અટક્યાં. કહેશે એને કહેવું હશે તો !

" આ લ્યોને ત્યારે કહી નાખું, નરબદા કાકીજી ! તમારે શિવે તો ત્યાં ઘર કર્યું એક બરમણ્ય જોડે."

માળાના પારા ઘડીભર બંધ રહી ગયા. પછી નરબદા ડોશીને મનમાં કોઈ ગડ બેસી ગઈ હોય તેમ તેણે પાછી માળા ચાલુ કરી.

"ઠીક, એ તો ઠેકાણાસર થઈ ગયો. પણ્ આ ભાઈશંકર અને લખમો આવ્યા તે કહે છે એ તો બહુ બૂરું, કાકીજી !"

"શું કહે છે, બે'ન?"

"કહે છે કે ત્યાં તો બરમણ્ય માછલાં રાંધી આપે છે ને તમારો શિવો એ ખાય છે."

"હશે બાઈ! મહાદેવજી જાણે શું સાચું હશે. છોકરાને કોઈ બામણે દીકરી દીધી હોત તો હું નિરાંતવી ન્યાતમાં પડી રે'ત, બે'ન !"

"હા કાકીજી, હવે તો ન્યાતનેય વિચાર પડતી વાત થઈને!"

"મા'દેવજીએ ધાર્યું હશે એ થશે, બેન ! આપણે શું કરશું?"

આમ માળાની સમાપ્તિ થતાં સુધી નરબદા ડોશીએ વાતને પચાવ્યે જ રાખી, પણ વાત કરનાર આ પાડોશણના ગયા પછી એના અંતરમાં યુગો ને યુગો ભડકે બળવા લાગ્યા.

બીજું તો ઠીક, પણ મારા શિવને છોકરાં થશે તેનાં પરણમરણનું શું થશે ! અને આ બરમી બાયડી મારા શિવને સાચવશે કેટલા દી! એ તો ધંધોરોજગાર કરનારી બાયડીઓ હોય છે. એના ધણીઓ તો બાપડા ઘેર ઢોરાં જેવાં ને ગુલામ જેવા થઈ છોકરાં રમાડવા ને રસોઈપાણી કરવા રહેતા હોય છે. મારો શિવ શું ઘરની સંજવારી કાઢતો હશે?

બાયડીનાં લૂગડાં ધોતો હશે? છોકરાના ઘોડિયાની દોરી તાણવા બેસશે? અને શું એને એની બાયડી ધમકાવતી હશે? કોને ખબર મારતીયે હશે?

સાંભળ્યું હતું ઘણું ઘણું કે આંહીં આપણા દેશમાં જે શાસન પુરુષો સ્ત્રી પર ચલાવતા હોય છે, તે જ શાસન ત્યાં બ્રહ્મદેશમાં સ્ત્રીઓ પુરુષો પર ચલાવે છે. જ્ઞાન અને માહિતી દ્વારા એમણે પોતાના શિવની દુર્દશા કલ્પી.

બાયડી બીડી કે હોકો પીતી પીતી ખુરશી પર બેઠી હશે અને શિવ શું એના પગ તળાંસતો બેઠો હશે ! કે ઊભો ઊભો રસોઈ કેમ બગડી તેનો ઠપકો સાંભળતો હશે !

પોતે ન્યાતબહાર થવાની છે તેનો વિચાર તો ઝપટમાં આવીને પસાર થઈ ગયો. પોતાનું અમંગળ કલ્પવા એ થોભી જ નહીં. પોતાનામાંથી નહીં, પણ પોતાના સંતાનના સારામાઠા ભાવિમાંથી જ જીવનનો શ્વાસ ખેંચનારી આ હિંદુ નારી આકુળવ્યાકુળ બની ઊઠી, આખી રાત એણે ગૂણપાટના કોથળા પર પડખાં બદલ બદલ જ કર્યા કર્યું.

પ્રભાતે ઊઠીને એણે શિવાલયે જઈને છાનાંમાનાં મહાદેવજીને પૂછ્યું : "હે મારા દેવાધિદેવ ! તમે કહો એમ કરું. તમે હસીને જવાબ વાળો, તો હું શિવની પાસે પહોંચું. તમારી પોતાની જેવી ઇચ્છા હોય તેવું જ મને જણાવજો, મારી સ્વાર્થી વૃત્તિને લક્ષમાં લેશો નહીં, દાદા!"

તુરત એને મહાદેવનું સફેદ બાણ વધુ પ્રકાશિત લાગ્યું હતું. પણ રખે પોતે ખોટી હોય એમ વિચારીને એણે પૂજારીને પણ પૂછી જોયું : "આંઈ તો જુઓ, લાલગરજી મા'રાજ! આજ તો શિવનું બાણ હસી રહ્યું હોય એમ તમને નથી લાગતું ? મારો દેવ મોં મલકાવીને જાણે કે મારી મનીષાનો જવાબ વાળી રહ્યો છે." "હા માડી!" પૂજારીએ પણ એટલી જ શ્રદ્ધાથી સ્વીકાર કર્યો: "મહાદેવજી તો જેવા ભક્તો તેવા જવાબ વાળે છે. ભોળિયો નાથ મારો, કોઈને છેતરતો નથી. એ તો છે હાજરાહજૂર દેવતા! તમારું કામ ફત્તે કરો, માડી!"

"ત્યારે તો હું જઈશ. પણ એકલી શીદ જાઉં? મારી શારદૂને સાથે લેતી ન જાઉં? એય પરવારીને બેઠી છે. એને હવે શી વળગણ છે? એને જોડે લઉં, નીકર એલી બળૂકી બરમણ્ય મારાં ને શિવનાં તો પીંછડાં જ પાડી નાખશે. ઘરને ઉંબરે ચડવા તો નહીં દે, પણ મારા શિવને મળવાનીયે રજા નહીં આપે!"

તૈયારી કરવાને એક જ રાત બસ હતી. બે ઠેકાણે તાળાં દેવાનાં હતાં. પણ ચાવી તૂટી ગયેલી, ને તાળાંને પણ કાટ ચડી ગયેલાં, ગ્યાસતેલ લગાવીને તાળાં સાફ કર્યાં. ગામમાં ભમીને ચાવીઓ હાથ કરી. ચાર-પાંચ દિવસ ચાલે તેટલો સાથવો દળી દીધો. પાણીનો ગોળો ઘરમાં ઊંધો વાળ્યો, અને ગૃહરક્ષા મહાદેવને ભળાવી, છેલ્લો દીવો ઘરને

ગોખલે બળતો મૂકી, નરબદા ડોશીએ, 'જરી દીકરી પાસે નગર જઈ આવું છું' એમ કહીને માણાવદર છોડ્યું.

શારદુ આવી

"કોઈ બાઈ તમને બોલાવે છે, શિવ બાબુ," ખનાન-ટોની જૌહરમલ-શામજી ચાવલ મિલના દરવાને ઑફિસમાં આવી શિવશંકરને ખબર આપ્યા.

"ક્યાં છે?"

"દરવાજે." "કોણ છે?"

"બર્મી તો નથી. લાગે છે તમારા દેશની."

સાંભળીને શિવ ચમક્યો, અને એના સાતેક ગુજરાતી સાથીઓએ ચોપડામાંથી માથું ઊંચું કરીને પરસ્પર જોયું.

"કેમ શિવુભાઈ!" એક જણે કહ્યું, "દેશમાં કોઈ વીસનો'રી વસાવીને તો નો'તા આવ્યા ને? એણે તો તમારો પીછો નથી લીધો ને?"

વીસનો'રી એટલે વીસ નહોરવાળી, અર્થાત્ વાઘણ જેવી પત્ની. કાઠિયાવાડમાં કોઈ પરણે તેને એમ કહેવાય કે "ભાઈ, એને તો હવે વીસનો'રી વળગી!"

"કેવડીક છે બાઈ?" શિવે અકળાઈને પૂછ્યું.

"જુવાન જેવાં લાગે છે."

મૂંઝાયેલો શિવ મશ્કરીની શરવૃષ્ટિએ વીંધતો બહાર નીકળ્યો. જઈને જુએ તો બગલમાં નાનું પોટકું લઈને બાઈ ઊભેલી. વસ્ત્રો સંકોડીને ઊભી હતી. માથે વાળ હતા, પણ સેંથો પાડીને સરખા ઓળ્યા નહોતા. જોનારને સહેજમાં જણાઈ આવે કે એ કેશ મૂળ તો કાળાભમ્મર હશે, પણ થોડીક ધોળી લટો ત્યાં ધસારો કરીને ધીરે ધીરે પેસી જઈને પોતાનું અરધું પરિબળ જમાવી બેઠી હશે. કાબરચીતરા કેશનુંયે એક અનોખું રૂપ હોય છે. ઘણા થોડાને જ એ રૂપની સરત રહે છે.

એ જ પ્રમાણે એ મોંનો ઘાટ, ચામડીનો વર્ણ, આંખોનો આકાર અને ડોળાનો પ્રકાશ, - આ બધાં અંગોની શોભા એવી હતી કે જોનારને ભૂતકાળમાં જ લઈ જઈ એવા ભણકારા જગાવે કે આ સ્ત્રી એક વાર બહુ રૂપાળી હશે. એ ભણકારા જોનારાના મનને વિશે વર્તમાન રૂપના અવશેષના કરતાં ભૂતકાળનું વધુ આકર્ષણ ને કૌતુક ઝણેણાવી રહે, એવી એ બાઈ હતી.

એ વિધવા પણ નહોતી, તેમ સધવા પણ નહોતી. રંડાપો અને સુહાગપણું, બે વચ્ચે એક એવી સ્થિતિ છે કે જેને નિરાળું નિજત્વ છે.

નજીક આવ્યા પછી જ શિવે ઓળખી. એ સ્ત્રી એટલું જ બોલી: "કાં ભૈલા!" એટલા હોઠના ફફડાટે એના દાંતની પંક્તિનું દર્શન કરાવ્યું. દાંતના ઊપટી ગયેલા રંગો બોલી ઊઠ્યા કે, એક દિવસ અમે આંહી પોથીનાં પાંદ અને મજીઠનાં તાંબૂલમાંથી ચૂયા હતા. પણ આ સ્ત્રીના જીવતરની કોઈક અજાણી ખટાશ અમને ધીરે ધીરે ખાઈ ગઈ છે, છતાં હવે અમે જેટલા છીએ તેટલા તો દાંતની જોડ જ જશું.

"અરે!" શિવે ઓળખી પાડીને તુરત જ જે ઉદગાર કાઢ્યો તેમાં આદર અને અણગમાનું, હર્ષ અને ઉચાટનું બેઉનું મિશ્રણ હતું.

"શારદુ ! તું!"

"ખોળી કાઢ્યો ખરોને, ભૈલા!" ઓળખાયેલી સ્ત્રીએ સાડીનો સણગટ સંકોરીને ફરી મોં મલકાવ્યું અને શિવના મોં પર મલકાટ આવવાની વાટ જોઈ. પણ એ વાટ ફોગટ જતાં પોતે કહ્યું : "હું દેશથી જ આવી."

"એકલી?"

"એકલી જ તો!" સ્ત્રીના એ બોલમાં પોતાની સ્થિતિનો વણખચકાયો એકરાર હતો. "આજ સવારે જ અમારી આગબોટ આવી. કેમ, ઘેર તો બધાં ખુશીમાં છે ને ભાઈ? ભાણો તો નરવો છે ને?"

"મોટી બહેનનો આ પ્રશ્ન વધુ મૂંઝવનાર હતો. એણે જવાબ આપવાને બદલે સવાલ પૂછ્યો: "તું જામનગરથી આવી, શારદુ!"

"જામનગરથી ઘેર માણાવદર ગઈ'તી, ને ત્યાંથી પરબારી આંહીં. મનમાં થયું કે લેને ત્યારે ભાઈને મળી આવું."

કેમ જાણે ખનાન-ટો જામનગર-માણાવદરની વચ્ચે આવેલું કોઈક પરિચિત ગામડું હોય તેવી અદાથી શારદુ નામની સ્ત્રીએ વાત કરી. યાંગંઉ જો સાંભળી શકે તો એને કેટલું ખોટું લાગે ! શિવશંકર જરીક ચિડાયો પણ ખરો. કાઠિયાવાડ બહાર કદી ન નીકળેલી પોતાની કંગાળ અનાથ બહેન શારદુની આ ધૃષ્ટતા તો હરકોઈ ભાઈને વધુ પડતી ભાસે.

મનમાં થયું કે હાલ, ભાઈને મળતી જાઉં ! વાહવા ! શરીરે પહેરેલ સાડીમાં તો બે-પાંચ થીગડાં છે. બગલમાં પોટલી છે. નથી સાસુ-સસરો ધણી ત્યાગી કરીને અદૃશ્ય થઈ ગયો છે, જામનગરમાં તો દિવસ આથમ્યા પછી શેરીઓમાં પણ જાય નહીં, પોતાના શહેરના સ્ટેશનમાં પણ જેણે વર્ષોથી પગ મૂક્યો નહીં હોય, એવી શારદુ કહે છે કે 'ચાલ ને ત્યારે ભાઈ પાસે થતી જાઉં!'

"તું તો શરીરે નરવો લાગછ, કાં ભૈલા ! ઘણું ગજું કરી ગયો હો શિવ ! મેં તો સાત વર્ષે દીઠો, તું મને ઓળખી ગયો ખરું? મેં તો ધારેલું કે તું બે ઘડી ગેંગેં ફેંફેં કરીશ ને હું તને છળીશ. આંહીં નોકરી છે ને! સારું. સારું. ભાઈ! બધું સરસ છે રંગૂન તો રૂપાળું છે, અમારે નગરના કરતાં પહોળા રસ્તા. પાણી પીધું તે તો બહુ મીઠું લાગ્યું, હો શિવ! હું તો પીતાં ધરાતી જ નથી, આંહીં આવી ત્યાં તો ફરી તરસી થઈ ગઈ!"

"લે મંગાવી દઉં." એમ કહી શિવશંકર પાસે ઊભેલા કૌતુકમગ્ન મજૂરને અંદર બાસામાં પાણી લેવા મોકલ્યો. બાઈ કહેઃ "ના રે ના. હવે ઘેર જઈને વાત. કેટલુંક છેટું છે? કોઈને મારી જોડે મોકલને. હું મારી જાણે જઈશ. તું તારે છો કામ કરતો."

"ના ના! હું આવું છું." એમ કહેતો શિવશંકર પાછો અંદર ઑફિસમાં ગયો.

કમ્પાઉન્ડ વળોટતાં તો એની કાંધ પર વિચારની થપ્પીઓ ચડી બેઠી : આ બહેન ક્યાંથી આવી ચડી હશે? એને ઘેર લઈ જઈશ તો શું થશે? બર્મી પત્નીના તો બાર જ વાગી જવાના. આ શારદુ. મારી એકની એક મોટી બહેન, પરાણાવેલી ત્યાં દુઃખી થયેલી, એ મારી બર્મી સ્ત્રીને શે પાલવશે? પોતાનું તો બગડ્યું, તે હવે મારું બગાડવા શીદ આવી? દેશમાં ગયેલા પેલા મારા ન્યાતીલાઓએ ઇરાદાપૂર્વક જ મારું ઘર ભાંગવા આંહીં બહેનનું આક્રમણ મોકલ્યું લાગે છે. માંડ માંડ માળો કરીને બેઠો ત્યાં કાળી નાગણ-શી આવી!

રજા લઈ, ચોપડા ઠેકાણે મૂકી, એ પાછો દરવાજે ગયો ત્યારે શારદુની સામે ચાર-પાંચ બ્રહ્મી મજૂરણો ઊભી હતી. બહેન અને એ બધાં બોલીને તો વ્યવહાર કરી શકતાં નહોતાં. પણ એમની આંખો અને એમનાં હાસ્ય પરસ્પર પિછાન કરતાં હતાં. પોશાકનો ભેદ, વાચાનું અજાણપણું, કશું જ તેમનામાં રહેલા સામાન્ય સ્ત્રીપણાના સુમેળ વચ્ચે વિક્ષેપ કરી શકતું નહોતું. બહેનના કાબરચીતરા કેશ એની ફાટેલ સાડીનાં ફાકાં વચ્ચેથી આ બ્રહ્મી સ્ત્રીઓને કહી રહ્યા હતા કે એક વાર અમેય તમારા વાળ જેવા જ લાંબા, સુઘટ્ટ અને કાજળઘેરા હતા; અને એક દિવસ તો અમે પણ નવાનગરની ફૂલવાડીનાં ફૂલડાં રાત્રીના એકાંતમાં સજતાં હતાં. એક દિવસ જોબન હતું, મલકાટ હતા, ઉન્માદ હતો, આશા હતી, નીલામ્બર અમારે શિર હતું, ને નાગમતી નદીનાં નીર અમારી ઉનાળાની કંઈ સમીસાંજોની પથારી હતાં.

ભાઈ પાછળ ચાલી નીકળતી બહેને એ સૌને બે હાથ જોડી નમન કર્યાં ને પેલા ડોકિયાં કરતા કાબરા કેશની લટોએ આ બ્રહ્મી સ્ત્રીઓના સઢોંઉ પાસેથી જડાઉં ભીં (કાંસકી) પણ મૂંગી મૂંગી માંગ્યા કરી.

"કેવું ભરાવદાર શરીર છે!" મિલમાં જતી મજૂરણોએ અંદર અંદર વાતો કરી, અને ઊપસેલી, છોળો દેતી છાતી તેમના ખાસ વિચારનો વિષય બની.

"તું એમ ને એમ ચાલી આવી!" રસ્તે ભાઈએ બહેન સામું જોયા વગર જ કાંઈક ઊધડી લેવા માંડી.

"તને ઓચિંતો જોવો હતો." દુઃખો, અપમાનો અને છેલ્લી પતિના પરિત્યાગથી રીઢી બનેલી બહેન વિનોદ ઉડાડવા લાગી.

"પણ આંહીં-આંહીં અમારી કેવી દશા હોય... અમે કેમ કરીને માંડ ઠેકાણે પડ્યા હોઈએ..."સિવશંકર તૂટક તૂટક બોલતો હતો.

"ગાંડા!" બહેને કહ્યું, "કેવીક દશા ને શી વાત છે! સંસારમાં એ તો થતું જ આવે છે. તું ગભરાઈ શીદ જાય છે? આપણે કાંઈ ચોરલબાડી થોડી કરી છે?"

"પણ પહેલેથી મને જણાવ્યું હોત તો બધું પાકે પાયે કરીને કાગળ લખત, ખરચી મોકલત. આમ ભિખારી જેવી ચાલી આવી?" શારદા શાંત રહી. એને ભાઈના આ બોલ જરીકે ભોંકાયા નહીં. કારણ કે એ તો પેલા ઊંટ જેવી હતી. પીઠ પર નગારાં વાગી ગયાં હોય તેને ખેતરવાળો થાળી વગાડીને થોડો નસાડી શકે છે !

ઘેર પહોંચ્યા પછી ભાઈ એને કહે કે, "તું આંહીં પરસાળમા બેસ, હું અંદર જઈને વાત કરું છું."

"લે, રાખ રાખ, ગાંડા ! હું જ અંદર નહીં જાઉં? હું કાંઈ મે'માન છું કે અજાણી થોડી છું ? ચાલ, મારી સાથે, નહીં તો મને ભાષા કોણ સમજાવશે ?"

સીધી જ એ તો ઘોડિયા પાસે ગઈ, અને ઝૂકીને બાળકને ઊંઘતો જોયો. બોલી : "વાહ રે, ભૈ! આ તો બરાબર શિવા જેવો ને શું?" એમ કહેતાં એ મીઠડાં લેતી હતી, ત્યાં તો અંદરના કમરામાંથી બાળકની માતા આવી પહોંચી. મીઠડાંની ક્રિયા કરતી અજાણી સ્ત્રીને એણે પહેલી જ વાર ઘરમાં દીઠી. પોતે તે ક્ષણે નખશિખ પૂર્ણ બ્રહ્મી સજાવટ કરી હતી. બાગ જેવી મઘમઘતી હતી. ગરદન પરથી પવા (દુપટ્ટા)ના બેઉ છેડા સાથળ પર ઝૂલતા હતા.

"આ!" શારદુએ ભાઈને ભયથી પૂછ્યું.

"હા!" શિવ બીકથી એક જ અક્ષર બોલ્યો.

"ભાભી!" કહેતી જ શારદુ બ્રહ્મી નારી તરફ વળી. થોડી વાર થંભી. પછી એના મોં પર મલકાટ છવાયો, શાંત ઊભેલી બર્મીના મોં પર પણ એ મલકાટનાં પ્રતિબિમ્બો પડ્યાં. શારદુ જરાક નજીક ચાલી અને એણે પોતે ભાઈની પત્નીને ખભે હાથ મૂક્યો.

શારદુ કાઠે ઊંચી હતી. ઉપલાં વર્ણોમાં આવાં કદાવર ગજાં કાઠિયાવાડમાં હવે વિરલ બન્યાં છે. ગજાદાર શારદુનો હાથ પોતાની સામે પોતાના ખંભા સુધી જ થતી પાતળી બર્મીના આખા બરડા પર રેલાઈ ગયો. અને પછી હાથ માથા પર ચડ્યો. અંબોડાનાં ફૂલોને અડ્યો. ફૂલ એણે ભાઈની વહુના શિર પર સરખાં કર્યાં ને કહ્યું: "હં-અં ને ! છે તો અસલ કામરૂ ને શું?" મહેમાન સ્ત્રીના હોઠ પરથી મલકાટનું ચંદન લેતી લેતી બ્રહ્મીએ શિવશંકરની સામે જોયું. એણે હિંદીમાં ઓળખાણ આપી કહ્યું ""બહિન, દેશસે આયી."

"આ-પ ખ-બ-ર ન-હીં દિ-યા?" બર્મી ધીરે ધીરે હિંદી બોલી અને પછી એની આંખ પતિ તરફથી નણંદ તરફ અર્ધગોળાકાર પંખા પેઠે ફરી.

"હિંદુસ્તાની બોલે છે ને શું ! હિંદનાં લાગે છે આ તો. ચોખ્ખાં હિંદનાં જ. એક લગરીક નાકની અણી બહાર હોત ને..." બોલતાં બોલતાં શારદુનાં નેત્રો ફરતી જળ-કિનારી બંધાઈ ગઈ.

પત્નીના જવાબમાં શિવે બર્મી બોલવા માંડ્યું : "મને જ એણે ખબર નહીં આપેલી. હું દિલગીર છું. એ તો પૂછ્યાગાછ્યા વગર આવી પડી એટલે અહીં લાવ્યા વગર છૂટકો નહોતો. તને અગવડ તો પડશે. નારાજ ન થતી. હું ગમે તેમ કરીને વળાવી દઈશ."

જવાબમાં પત્નીનાં નેણ વિસ્મયથી ઊંચાં થતાં હતાં અને એના મોં પરના મલકાટનો ગુલાબ સહેજ કાંટાની સખ્તાઈ ધારણ કરતો હતો તેટલું જ શારદા જોઈ શકી.

બર્મી સ્ત્રીએ બર્મી બોલમાં વાર્તાલાપ ચાલુ રાખવાને બદલે હિંદીમાં જવાબ વાળ્યો : "નરાજ ! ક્યોં-મેં-નરાજ! બહુન આઈ ઉસમેં નરાજ કૈસે?"

એનો વળતો ખુલાસો શિવશંકર બર્મીમાં દેવા જતો હતો કે તુરત સ્ત્રી બોલી ઊઠી : "ન-હીં. હિંદી બો-લિ-યે." કહેતી જ એ હસી પડી ને શરમાઈ જઈ મહેમાન તરફ જોઈ ગઈ. બોલી: "ખ-રા-બ મ-ત લ-ગા-નાં, બહિન!"

એમ કહી, શારદાનો હાથ ઝાલી એને ચટાઈ પર બેસારી અને પોતે દૂધ વગેરે લઈ આવી.

બરાબર પોતે બર્મી પોશાક પહેરીને બજારે પોતાની દુકાન પર ધંધે જતી હતી. એ પોશાકમાં પોતે દૂધ લાવીને નણંદ આગળ ધૂંટણિયે ઝૂકી. અને પછી એ જ સ્થિતિમાં બેસી રહીને પોતે કુમાશથી મુખવાસ તૈયાર કર્યો. સામે બેઠેલ શારદાનું શરીર પહોળી પલાંઠીએ સુંદર લાગતું હતું. પોતાની સામે કોઈ મંદિરની મૂર્તિ સમક્ષ બેઠેલ ભક્ત સમી ઝૂકેલી આ સ્ત્રી શારદાને પોતાનાથી જુદી છતાં પોતાના જેવી જ લાગી. મનુષ્યની લાગણી સર્વત્ર એવી હોય છે. પોતાનાથી જુદા દેશનું વાસી આટલું નિકટ આવે ત્યારે મનનો આનંદ

કૌતુકમાં ભીંજાઈ છલછલ બને, પલેપલ નવીનતામાં પ્રવેશતાં હોઈએ એવું ભાસે, સ્વપ્ન સ્વપ્ન લાગે, અને રખે આ બધું ખોટું પડે એવી ફિકર થાય.

ભાઈએ બહેનને સમજ પાડી: "એ બજારે જાય છે."

"તે ભલે ને જાય. તમે પણ બે ઘડી પછી જાવ, એમને કામ હશે તે કરી આવવા દો."

સ્ત્રીને જે કામે જવું હતું તે જણાવતાં શિવશંકર શરમાયો. ખુદ સ્ત્રીએ કહ્યું: "મેં જાતી થી દુકાન પર. મેરી દુકાન."

"ભલે જાનાં! અમ ભાણાકું રખુંગી." શારદાએ ઘોડિયા તરફ આંગળી બતાવીને રજા આપી. અને આવી રૂપાળી ભાભી બજારમાં દુકાને બેસી સેંકડો પુરુષો સાથે વેપાર કરતી હશે એવો એક વિચાર પોષ માસના પવનના એક જ સુસવાટા સમો એના મગજને ધ્રુજાવી ચાલ્યો ગયો ત્યાં તો સ્ત્રીએ કહ્યું: "નહીં, પીછે. આપ નહા લો." એમ કરતી પોતે નહાવાની ઓરડીમાં જઈ બાલદી સરખી ગોઠવી, પાણીની ચકલી ઉઘાડી આપી અને બચકીમાંથી શારદા પોતાનાં કપડાં કાઢે તે પૂર્વે તો એણે પોતે જે પહેરતી તે સાડીઓમાંથી એક સારી જોઈને ત્યાં ધરી દીધી.પછી શિવ પરસાળમાં જતાં પોતે નણંદને સહેજ સ્મિત કરીને ધીરે સમજાવ્યું કે "મારાં પોલકાં તો તમને બહુ જ ટૂંકાં પડશે. શું કરું!"

"હાય હાય ! આ તો જો ! નજર તો જો, ઝીણી નજર ! મારા શરીરનો બાંધો પણ નજરમાં રાખી લીધો." એમ આશ્ચર્ય અનુભવતી શારદુએ પોતાના દેહ પરનો કમ્મરથી ઉપલો ભાગ મનમાં નિહાળ્યો અને પોતે પોતાને છાનો શાપ દીધો : 'આટલી આટલી વીત્યા પછીય શરીર ગળ્યું જ નહીં ! ઊલટાનું વધુ વધુ ફૂલતું ગયું! સંતાડવા જતાં સાળુ ટૂંકા પડ્યા. મને કંઈ ઓછી હેરાન કરી છે આ શરીરે! મને પલે પલે લોકોની નજરે જૂઠી પાડી છે. મારું મન મેં કરમાવી નાખ્યું છે એ કોઈ માને જ નહીં. આ આણે પણ મને એ જ ઇશારો કર્યો. હજુ તો આવીને ઊભી રહી છું ત્યાં જ કાયાએ ચાડી ખાધી !

"પહેલાં આ શરીરે ચોળજો !" એમ કહીને ભોજાઈએ તનાખાનો લેપ નહાવાની રૂમમાં બતાવ્યો. "ઠંડક વળશે. ને હું હમણાં જ દુકાને જઈને આવું છું." પતિને પૂછ્યું કે "થોડી વાર થોભી શકશો કે ?"

"હાં, હાં, તમ-તમારે જાઈકે આવ. ભાઈકું અમ રોકેગી." એવું બોલીને શારદુએ એને થોડી વારને માટે પણ દૂર કરવાનું જરૂરી ગણ્યું, અને એ ગયા બાદ શિવશંકરને બહેને કહ્યું : "ભાઈ, તારે સનાન છે, લુગડાં ઉતાર."

કપડાં ઉતારીને ધોતીભર બનેલા ભાઈને બહેને ખબર આપ્યા : "બા ગુજરી ગઈ."

"ક્યારે?"

"માણાવદરથી મારે ઘેર નગર આવી હતી. એને આંહીં આવવું હતું. આઘાત લાગી ગયો."

"શેનો ?"

"તારા લગન વિશેની. આ એમ કે તું મચ્છી ખાતો હઈશ, ને બાયડીએ તને કોણ જાણે કેવોય કબજામાં રાખ્યો હશે, ગોલાપા કરાવતી હશે. એવું બધું, ભાઈ! તે એને તો ઝટ આંહીં પહોંચવું હતું, મને લઈને, પણ એનું હૈયું ત્યાં ને ત્યાં જ ભાંગી ગયું. મરવા ટાણે મારે હાથે પાણી મૂકાવ્યું, કે મરતી મરતીયે રંગૂન પહોંચજે ને ભાઈના સુખદુ:ખના સમાચાર લેજે. હું બાના અંત્યેષ્ટિસંસ્કાર માંડ પૂરા કરાવી, માણાવદર જઈ ખોરડું વગેરે સંભાળી કરી, પછી આંહીં આવી. તને લખવાની વેળા જ નહોતી. ભાઈ! એ બાપડી તો જવા જોગ હતી, પણ તારું સુખ જોયા વગર તારું દુ:ખ કલ્પતી જ ચાલી ગઈ."

થોડી વારની શાંતિ બાદ બેઉનાં નયણાં શ્રાવણ-ભાદરવો વરસાવી રહ્યાં. અને પછી સહજ પોકાર પણ શિવના ગળામાં ઘૂંટાઈ ગયો.

પોતે સ્નાન કર્યું. બહેને પણ નહાઈ લીધું. બેઉ બેઠાં બેઠાં વાતો કરવા લાગ્યાં. બહેને ભાઈના ઘરમાં ચોમેર, ચીજેચીજ, વસત ને વાનાં, ગોઠવણ ને સજાવટ, રાચ અને રચીલું નિહાળી નિહાળીને કહ્યું : "બાને બાપડીને આ સાચી ખબર પડી હોત ને, તો સદ્‌ગતિએ જાત. એ તો કહેતી ને, કે ન્યાત ગઈ ચૂલામાં, મારો શિવ ગમે તે ઠેકાણે પરણી લ્યે તો હાંઉં, ગંગ નાયાં. પાંચ-દસ ઘડીમાં જ અહીંની પરખ મને તો થઈ ગઈ ! રૂપાળું છે, ભઈલા ! આકૂડાં વહાલાં લાગે તેવાં છે. વળી ધંધો પણ કરે છે !"

"નહીંતર મારી ત્રીસ રૂપરડીમાં તો શું પૂરું થવાનું હતું!" શિવે સ્ફોટ કર્યો.

"ત્રીસ જ મળે છે, એમ ને !"

"ત્યારે ! પણ એય આ કદી માગે નહીં. કહે કે તમે તમારે ખરચો, જોઈએ તો દેશમાં મોકલો."

"ત્યારે ઘરવહેવાર તો એ ચલાવે, એમ ના ?"

"નહીં ત્યારે ? એક ઘડીય નવરી ન બેસે. ચીજો પોતે બનાવે, મજૂરો રાખીને બનાવરાવે, ને દુકાન રાખીને વેચે."

"તો તું નોકરી શીદને કરછ? એના ધંધામાં જ ભળી જા ને?"

"એ કહે છે કે નહીં, તમારે પુરુષને અમારા આંહીના બરમા પુરુષ જેવા પરવશ ન બનવું. તમે મારા ધંધામાં આવશો તો મારા નોકર જેવા બની જશો. એ તો કહે કે તમે નવરા બેઠા રહો તો પણ હું એકલી કમાઈ કાઢીશ. પણ નવરો બેઠો નખોદ વાળે. બરમા પુરુષોના જેવું આપણે નથી કરવું."

"એ તો સાચી વાત, હો ભાઈ! તો તો એ બહુ સમજુ કહેવાય."

"હું દુકાને જઈને અમસ્તો બેસું, તો તેટલી વાર પોતે ઊભી ઊભી જ કામ કરવાની."

"હેં ભૈ ! એક વાત પૂછું? આ બાઈઓ બીડી પીવે?"

"હા, નાનીમોટી બધી જ બીડી પીવે. પણ ખરું જોતાં એ બીડી જ નથી. શારદુ ! એમાં તમાકુ જેવું કાંઈ જ હોતું નથી. મોં ચોખ્ખું રાખવાનો જ ઉદ્દેશ મૂળ તો હશે. આપણાં બૈરાં ભાંગ ઘસે છે ના, એના જેવું."

આમ બાના મૃત્યુનો પ્રસંગ થોડી ઘડી બીજી વાતો આડે ઢાંક્યો ત્યાં તો ભાભી પાછી આવી પહોંચી. તેણે બેઉનાં મોં રડેલાં દીઠાં. પણ એકાએક કશું ન બોલતાં ઘરમાં જઈ કપડાં બદલી ગુજરાતી પોશાક પહેરી લઈ, અંબોડો પણ સેંથા વગરનો હતો તેને બદલે સેંથો પાડી, પોતે બહાર આવીને બેસી જઈને પતિને કહ્યું : "તમે હવે જઈ શકો છો." એ ગયા પછી પછી પોતે મહેમાનને પૂછ્યું : "ક્યોં રોયે હેં?"

"મા મર ગઈ." શારદાની આંખો પલળી.

થોડી વાર બ્રહ્મી ભાભીએ મૃત્યુના માનમાં મૌન પાળ્યું. પછી પોતે પૂછ્યું : "યહાં-ક્યોં નહીં-આઈ, મા? બહુત-દફા ઇનકો કહા થા. તુમારી - તો માલૂમ-ભી નહીં-થી."

ભાઈએ જ વાત છુપાવી રાખી છે એવું શારદુને લાગતાં તે કંઈ બોલી ન શકી.

"શૌબી હો ગઈ માતા ! ક્યા કો જરૂર પડી. યહાં કૈસે રહ સકે?" ભોજાઈ દિલાસો દેવા લાગી.

શારદુના હૈયામાં નવા કુતૂહલે એવા ધુધવાટા આદરી દીધા હતા કે એને માતાનું મૃત્યુ જલદી ભૂલી જવાની જ ઇચ્છા થઈ. એણે તો આ બાઈને જ જોયા કર્યું. મનમાં થતું હતું કે આને અંબોડે અડી લઉં! પગનાં તળિયાંને સ્પર્શ કરું ! નાક ચીબું છે તે ખેંચીને જરા બહાર કાઢું ! "આપનાં નામ ક્યા?" શારદુએ માંડ પૂછ્યું.

"રાતકો બતાઉંગી."

રાત પડી એટલે શારદુને હાથ ઝાલી બહાર ખુલ્લા ગગન હેઠળ લઈ જઈ આ સ્ત્રીએ ચંદર બતાવ્યોઃ "જો ઇસકા નામ વહ મેરા નામ."

"ક્યા?"

"મા-હ્લા. હ્લા બોલનેસે ચાંદ. મા બોલનેસે બહિન."

"ચંદ્રા? ચંદ્રિકા? ચંદાબહેન?"

"હાં અબ આપકા નામ બતલાઈએ."

"શારદુ. જે ઋતુમેં તુમ - ચંદ્રિકા - સરસ લગો તે ઋતુવાલી અમ શારદુ : વાદળ વિનાની સ્વચ્છ-સુંદર - " શારદુ ચોખ્ખું આકાશ બતાવવા લાગી.

"હાં-હાં-હાં-હાં-" મા-હ્લા ખૂબ ખૂલ હસી પડી.

શારદુ અને ચંદ્રા એકબીજાને લડાવવા લાગ્યાં.

ભાભીનાં તોફાન

"તમારે માટે આંહીં ઘરાકી ફાટી નીકળે તેમ છે. માલ લઈને વેળાસર આવો. વળી રોટલીનો ગોળાકાર પણ હવે તો તમે કદી ન ધારો એવો સંપૂર્ણ નીકળવા લાગ્યો છે."

આવું નિમંત્રણ શિવે રતુભાઈને પીમના મોકલ્યું. રતુભાઈ ખનાન-ટો આવ્યો અને મા-હ્લાને નમન કરી કહ્યું : "કેમ અમા ! પૈસાનો જબરો સંઘરો કર્યો લાગે છે?" 'અમા' એટલે મોટી બહેન.

"અકો એ....! ચુનૌરો પઈસારો ના મલેબુ." (પૈસાને તો ભાઈ સંગ્રહવાનું અમે જાણતા જ નથી.) એ બ્રહ્મી જીવનના મંત્ર સરીખું પ્રચલિત મીઠું વાક્ય બોલીને મા-હ્લાએ પોતાના એકના એક પ્રશંસક ગરવા ગુજરાતીને સત્કાર્યો. પછી રતુભાઈ પાસેની સોનાની ને ઇમિટેશન હીરાની પેટી ખુલ્લી થઈ.

શારદા તો ક્યારની અંદર રસોડાના કમરામાં ભરાઈ બેઠી હતી. નણંદ-ભોજાઈ વચ્ચે ત્યાં રકઝક ચાલતી હતી. ભાભી બહેનને હાથ ઝાલીને બહાર ખેંચી લાવવા વ્યર્થ યત્ન કરતી હતી. શારદા શરીરથી સાચી સોરઠિયાણી હતી. એનું શરીર ભર્યું ભર્યું તો મૂળથી જ હતું. એમાં પાછું ઇરાવદી જેવી ભાભીએ કાયામાં સે પૂરી હતી.

"મેં કાંડું પકડ્યું છે, તેમાં શેનું લાલચોળ થઈ જાય છે, બહિન" એવા શબ્દો ભાભી નણંદને હિંદીમાં કહેતી હતી.

"નહીં, હિંદી નહીં; એનું એ બર્મીમાં બોલો." એમ કહેતી શારદૃ ભાભીને મીઠી બર્મી ભાષામાં બોલવાની ફરજ પાડતી હતી.

"નહીં બોલુંગી."

"તો નહીં આવુંગી. કાયદો તે કાયદો."

કાયદો તો શારદુએ પોતે આવી તેના વળતા દિવસથી જ એવો દાખલ કર્યો હતો, કે ભાભી જે કાંઈ કહે તે તેણે પ્રથમ બર્મીમાં બોલીને પછી હિંદીમાં બોલવું.

"હ-પિછે-હમારી છૂપી બાત સમજનેકો મંગતી હૈ, સચ્ચ?"

"હં-હં-મનકી બાત જાણ ગઈ કે!" શારદુએ મર્મ કરેલો.

આ નિયમે શારદુને થોડા જ મહિનામાં બર્મી બોલીમાં પાવરધી કરી હતી. એને કાઠિયાવાડી બોલી બર્મી પાસે છોતાં જેવી લાગતી હતી. બર્મી તો જાણે શેરડીનાં પતીકાં !

"બહાર આવો, તો પછી બર્મી બોલીનાં કેટલાંય રહસ્યો શીખવીશ હો! એક એક શબ્દના આઠ આઠ અર્થો થાય છે. માટે કહું છું કે બહાર આવો."

"પણ શું કામ છે?"

"મારે તમને શણગારવાં છે." "જા રે જા, મીં નાદાન! મીં ધુતારી!" એમ કહીને મીં (તું) શબ્દનો તુંકારો કરી શારદુ ભાભીને ચીડવવા લાગી.

"એ 'મીં; તો તમારા મોંમાં વધુ મીઠો લાગે છે, પણ બોલો, શણગારનો શો વાંધો છે?"

"મારે નથી શણગારાવું. મારે વળી શણગાર શા?"

"કેમ?"

"હું તો બુઢ્ઢી થઈ ગઈ છું."

"બુઢ્ઢી ! ગાલ તો ફૂલ્યા છે, ને બુઢ્ઢી ! બુઢ્ઢી હો તો પણ શું થઈ ગયું? શું શણગાર એકલી યૌવનાનો જ ઈજારો છે?"

"કોઈ જુએ!"

"કોઈ એટલે કોણ? શું કોઈને સારુ શણગાર પહેરાય છે? હશે તમારે ત્યાં. અહીં અમે તો અમારા એકના દિલને રીઝવવા માટે પહેરીએ છીએ. ચાલો, ઊઠો, ઊઠો છો કે નહીં?

"પણ-"

"પણ બણ કાંઈ નહીં, ઊઠો"

"તમને મેં બધી વાત કરી દીધી છે."

"હા હા, ને મેં એ સાંભળી લીધી છે. તે બધી વાતોને આંહીં શી નિસ્બત છે? એ તો તમે ત્યાં મૂકીને આવ્યાં છો. અમે તો ગઈ કાલની શું, ગયા કલાકની વાતોનેયે ન સંભારીએ. ઊઠો, અમારાં ઘરેણાં તો જુઓ!"

"ના, ના"

"તો હું મારી બા ને ઘેર રહેવા ચાલી જઈશ, હો ! ને દુકાને તમને આવવા જ નહીં દઉં."

"દુકાને તો હું આવ્યા વગર જ ન રહું."

દુકાનની તો શારદુને રઢ લાગી હતી. દેશમાં દીઠી હતી, કેવળ ખોજણોને અથવા બકાલણોને દુકાનો ચલાવતી. પણ એકસામટી આલેશાન બજારો ચલાવતી પ્રભાવશાળી

બરમણો તો આંહી જ આવીને દીઠી હતી. તેમની અદબ પાળતા પુરુષો પણ અહીં જ નજરે પડેલા દુકાનદારી એ દીનતા નથી તેમ આછકલાઈ નથી એ એણે આંહી જ દીઠું. ત્રિયારાજની સાંભળેલી વાતો અહીં જ પ્રત્યક્ષ નીરખી. અને ભાઈએ પણ ભાભીના ધંધામાં મદદ કરવા જવાની બહેનને અનુમતિ આપી હતી. વળી બર્મી સ્ત્રીઓ તો ઠીક, પુરુષો પણ પોતાને એકલી શારદુને બદલે મા-શારદા કહી બોલાવતા. કોઈ મશ્કરી નહોતું કરતું. કોઈ તાકી નહોતું રહેતું. કોઈ કામ વગર પૂછગાછ નહોતું કરતું. પોતાના ને બર્મી સ્ત્રીના દેહના ઘાટઘૂટ વચ્ચે જબરદસ્ત અને આપોઆપ આગળ ધસી આવે તેવો અનેક અંગોપાંગોનો ભેદ છતાં કોઈ તેની ચેષ્ટા પણ કરતું નહોતું. ઉપરાંત, ભાભીએ તો ધંધામાં થોડો ભાગ પણ કરી આપેલો! એવી બજારમાં જવાનું બંધ થાય તો શું થાય ? જીવવું કેમ ગમે?

ટપ દઈને શારદુ ઊભી થઈ, બહાર આવી. મા-હ્લાએ રતુભાઈને કહ્યું કે "આમને મારે પેટ ભરીને શણગારવાં છે. બોલો છે એમના માપની ચીજો ? કે નવી ઘડાવવી પડશે?

ઘડીક તો રતુભાઈ હેબતાઈ ગયો. કોઈ બર્મી બહેનપણીને તો આ પોતાનો ગુજરાતી પોષાક પહેરાવીને નથી લઈ આવીને?

પણ એ તો અશક્ય હતું. કાયા જ પોકારી ઊઠતી હતી કે હું આંહીંની નથી. એ કાયા પરથી દૃષ્ટિ ચમકીને દોડી અને શિવા સામે ફરી.

શિવાએ કહ્યું : "મારી બહેન છે, થોડા મહિનાથી આવી છે, એનું નામ શારદા. નણંદને માંડ ભાભી મળી છે, ભાભીને માંડ નણંદ મળી છે; અને શ્રીમતીને ધંધામાં થોડા પૈસાની કમાઈ થઈ છે, તે હવે જીરવી શકતાં નથી. શારદાનું શરીર મઢવાની રઢ લીધી છે."

રતુભાઈએ શારદુના હાથ જોયાં. કાંડે કે ભુજા પર એક ચૂડી ઉપરાંત કોઈ પણ વસ્તુ પહેરાતી હોવાનું ઝાંખું આછુંયે ચિહ્ન નહોતું. વિધવા હશે!

ના, તો તો આ એક ચૂડી છે તે ન હોત, ને ચાંદલો ન કરતી હોત. ખેર ! જે હશે તે હશે. મારે શી પંચાત !

ઘણાં અંતઃકરણો 'મારે શી પંચાત' એવું જ્યારે જ્યારે બોલ્યાં છે ત્યારે હડહડતું અસત્ય જ બોલ્યાં છે, એવી પારકી પંચાત કોણ જાણે ક્યારથી પણ પોતાની જ પંચાત બની જતી હોય છે !

શિવની સ્ત્રીએ તે દિવસે સાચેસાચ શારદુને દાગીને મઢી દીધી. રતુભાઈને એ પોતાનાં સ્નેહીસંબંધી બર્મી કુટુંબોમાં અવારનવાર માલ લઈને તેડાવતી, ત્યારે રતુભાઈ માલનું વેચાણ કરવામાં પોતાની વાક્છટાનું અદ્ભૂત આકર્ષણ ઊભું કરતો, અને પાંચસોનું લેવા ઈચ્છનારને બે હજાર ખરચાવતો. પણ આ વખતે એની જીભ કોઈ અકળ કારણસર સિવાઈ

ગઈ હતી. શિવની સ્ત્રીએ વારંવાર ટકોર કરી કે, "માલ વેચવાની કળા કેમ આ વખતે પીમના ભૂલીને આવ્યા છો?"

"ઘરનાં માણસ પાસે કળા શી વાપરવી?" એવો જવાબ વાળનાર રતુભાઈ અસત્ય વદ્યો હતો. એની કળા મનમાં થનગનતી હતી, પણ એનું મન શારદુના રહસ્યનું વાચન કરવામાં પરોવાઈ ગયું હતું. આવી દેહભરપૂર સ્ત્રી ગમગીનીમાં કેમ બેઠી હતી ! આ ચહેરો તો અફસોસના ઘરડિયા બતાવતો નથી. જેને નિર્મળ કહીએ તેવું આ લાવણ્ય છે. આંહીં ઉદાસીના ઘુવડનો માળો હોઈ જ કેમ શકે ? આંહીં કોઈકની કંઈક ભૂલ થઈ ભાસે છે.

પોતે ને શિવ બહાર ગયા ત્યારે શિવે આપોઆપ બહેનનો ઇતિહાસ કહ્યો.

"તેર વર્ષે પરણાવેલી. સોળ વર્ષની થઈ ત્યારથી પતિ જામનગરની એક ધનવાન વિધવાની સાથે ચાલ્યો ગયો છે. આજે દસ વર્ષ પૂરાં થયાં. એક પણ કાગળ લખ્યો નથી. ખરચી કદી મોકલી નથી. બેઉ ક્યાંક દરિયાપાર ચાલ્યાં ગયાં છે. શારદુને એના સસરાએ થોડું ભણાવી શિક્ષિકા કરી. તે પછી સસરો પણ મરી ગયો ને ઘરમાં કાંઈ હતું નહીં. ઘર પણ સગાંવહાલાંએ લઈ લીધું. પોતે નોકરી કરતી, પણ આ શરીર આવું ને આવું રહ્યું એટલે કોઈ ઠેકાણે નિંદાયા વગર જીવી ન શકી. ભાગ્ય જ એવું કે દુ:ખ એના દેહને ભાંગી ન શક્યું. સ્વભાવ જ એવો કે વિપત્તિના ઝાઝા લિસોટા ન પડવા આપે. લોકોને ચિંતા એ જ વાતની થઈ પડી કે આટલી દુ:ખી હોવા છતાં આવી માતેલી રહી જ કેમ શકે છે! એ જ ફિકર એના ઉપરી અધિકારીઓને થઈ પડી. ઘેર બેઠી. ઘણાં વ્રતોપવાસ કર્યાં, ભૂખ્યાં રહેવામાં બાકી ન રાખી, પણ પાણી પીએ તેયે લોહી બની જાય ! લોકો અપકીર્તિ કરે તેનો તો કોઈ ઘા જ ફૂટે. અમે પોતે પણ એના દેહની આ હઠીલાઈથી એવા ત્રાહિ પોકારી ગયા કે પછી તો કુશંકાઓ જ કરવા લાગ્યા. મા પણ તેડાવે નહીં. મહિને બે-ત્રણ રૂપિયામાં જીવી કાઢતી; તેટલું હું અહીંથી મોકલતો. પણ મેં અહીં પરણી કાઢ્યું છે એવા ઊડતા સમાચારથી મા એને લઈ અહીં આવવા નીકળતી હતી. એ તો આને ઘેર જ મરી ગઈ, ને આ એકલી અહીં પહોંચી."

"નણંદ-ભોજાઈ બેઉને ફાવી ગયું લાગે છે."

"અરે વાત પૂછો મા. પરસ્પર પાગલ બન્યાં છે. પોતાના જીવનની તલેતલ વાત એણે એની ભાભીને કહી નાખી છે, ને ભોજાઈને હવે એક ઉધામો ઉપડ્યો છે."

"શું વળી?"

"શારદુને ફરી પરણાવવાનો."

સાંભળતાં જ રતુભાઈને કલેજે એક શેરડો પડ્યો - ટાઢો કે ઊનો તે તો પોતે પણ નક્કી ન કરી શક્યો. શિવાએ વાત પૂરી કરી -

"એ તો મારી સાથે પણ ટંટો કરીને પણ મને રંગૂનના બંગાળી વકીલ પાસે લઈ ગઈ, આપણા હિંદી કાયદાના પોથાંથોથાં ઉથલાવરાવ્યાં, ને આ લગ્ન થઈ શકે કેમ તે નક્કી કરાવ્યું. વધુ ખાતરી માટે કલકત્તાના નામાંકિત વકીલની સલાહ પણ આ બર્મી વકીલ દ્વારા મંગાવરાવી. લગ્ન થઈ શકે તેમ છે, કારણકે પતિએ ત્યાગ કર્યા પછી સતત સાત વરસ ઉપરની મુદ્દત વીતી ગઈ છે. હવે હઠ લીધી છે કે કોઈક હિંદી ઉમેદવાર શોધી કાઢો."

રતુભાઈ કાંઈ બોલી ન શક્યો. શિવે એને ચમકાવતો વધુ પ્રશ્ન કર્યો: "એવો કોઈ મળે ખરો?"

"જોખમ ઉઠાવનાર જોઈએ. છેવટે નિકાલ ગમે તે થાય, પણ જો ચાલ્યો ગયેલો ધણી આવીને ખોટાસાચા પુરાવા ઊભા કરી કાયદાનો આશરો લે, તો વચગાળાની કમબખ્તી વેઠવા તો માણસે તૈયાર રહેવું જોઈએ."

"એવો તો આંહીં કોણ મળે?" શિવે સૂચક ટકોર કરી.

બેઉ ઘેર પાછા ફર્યા. પછી રતુભાઈએ બેગ ઉપાડી.

"કેમ ?" મા-હ્લાએ ચમકીને પૂછ્યું.

"રંગૂન જઈને રાત રહીશ."

"અહીં શા માટે નહીં?"

"ત્યાં કામ છે."

એ અસત્ય હતું.

એની આંખો શારદુને શોધતી હતી. માણસ જેમ ફોટોગ્રાફને ફ્રેમમાં મઢીને જોવા ઇચ્છે છે તેમ રતુભાઈ પણ શારદુને પોતે સાંભળેલા એના ઇતિહાસના ચોકઠા વચ્ચે એક વાર જોવા ઉત્સુક હતો. પોતે જોયેલી તે તો તવારીખ વગરની મનુષ્યાકૃતિ હતી. હવે જોવી હતી જીવનકથાની નકશી વચ્ચે જડેલી છબી. આકૃતિ ભલે એ-ની એ જ હોય, નિરીક્ષકની નજરમાં એનાં નોખનોખાં સ્વરૂપો સરજાય છે. આકૃતિ પોતે તો કશું જ નથી, જે છે તે નર્યું વાસ્તવ છે. ને વાસ્તવ તો હાડપિંજર જેવું છે; એમાં રુધિરમાંસ પૂરનાર તો જીવનનાં વીતકો, જીવનસંસ્કારો અને જોનારની દૃષ્ટિ હોય છે.

શારદુ અંદર બેઠી બેઠી ભાઈના છોકરાને પંપાળી રહી હતી. બહાર એ આવી ન શકી. પણ એ જેને અઢેલીને બેઠી હતી એ ભીંત પણ, એના શરીરની વીજળીનો સંચાર અનુભવી રહી હતી. શારદુને ભય લાગ્યો કે ભીંત ઓગળી રહી છે કે શું!

કાળ-વાણી

હાથમાં પણ બટુકડું પાતરું. પીળાં પીળાં વસ્ત્રોની હાર, મોટા પગ ને નાના પગની હાર, લાંબી લાંબી કતાર આવશે; માર્ગ ઉપર ઘેરઘેરથી સ્ત્રીઓ બોલાવશે. વીનવશે કે ફ્યા ! વહોરવા થોભો, રંક નારીના ચાવલ વહોરો! હુંયે ઊભી હઈશ આપણી શેરીને નાકે. લળીને પોકારીશ કે "વ્વાબા ફ્યા." મા મા કરતો તું મને બાઝી ન પડતો હો, કાંઉલે! ઘેલો બનીને મારી એંજી ન પકડી લેતો. આઠ દિવસ તો ફુંગી રહેજે, જોગી રહેજે. ગોઢમા ફ્યા (ગૌતમ પ્રભુ)નો રાહુલ પણ તારા જેવડો જ હતો. તારા સરીખો જ ફૂટડો હતો. તારા જેવી જ એને મા યશોધરા વહાલી હતી. માએ એને લઈ ગોઢમાને વહોરવી દીધો'તો, તોયે કંઈ માને ઝાલી હતી એણે ?

આઠ દા'ડાના એ તો અણમોલ બાળાજોગ સૌને સર્જાયા છે, બાપુ! ભિક્ષાનું પાત્ર ધરજે ને હું તને ચાવલ વહોરાવીશ. જગત તને જોવા મળશે. આવડો બાળ ફુંગી જગતે કદી જોયો નહીં હોય. ભવના તારા ભાર ઊતરશે. તારા પિતાનાં પાપ પ્રજળશે. આઠ દહાડે પાછો વળજે.

ચાંઉમાં રહેતાં બીશ નહીં ને ? રાતમાં બાને શોધીશ નહીં ને? ફુંગીઓ તને મારશે નહીં હો ! કરડી આંખો કરશે નહીં. કોઈ કટાણું વેણ કહે તો ગોઢમા બૌદ્ધની મૂર્તિ પાસે જઈને કહેજે, ફ્યા તારી ફરિયાદ સાંભળશે.

- ને જો હો ! એક વાત્ કહું છું તે કોઈને કહીશ નહીં હોં! ગોઢમા ફ્યાને છાનોમુનો પૂછી જોજે કે બાપુ ક્યાં હશે? મામા ક્યાં અલોપ થઈ ગયા? અને બાપુના ફરી મેળાપ થવાના છે કે નહીં?

રાતે નીમ્યાએ 'અકો'ની વાટ જોતા બાળકને ઊંઘાડતાં પહેલાં એની દીક્ષાનાં આવાં દિવાસ્વપ્ન ગૂંથવાં ચાલુ રાખ્યાં હતાં. પ્રત્યેક બ્રહ્મી બાળકને માટે જીવનનો જે મહોત્સવ મનાતો, તે આઠ-પંદર દહાડાની બાળ-દીક્ષા. એ માટે માતાનું આ રટણ હતું. (છેક પ્રભુ બુદ્ધથી ચાલેલી આ પ્રથા હતી. યશોધરા પાસે બિક્ષાપાત્ર લઈ ઊભનારા ભગવાનને માએ ખુદ દીકરો જ અર્પણ કર્યો હતો. પણ ભગવાનની ઇચ્છા રાહુલ સંસારી રહે તેવી હતી. એટલે એણે થોડા દિવસનો બાળ-ભેખ રખાવી પછી રાહુલને પાછો વાળ્યો હતો.) એ દીક્ષા અને કાન વીંધવાની ક્રિયા, બેઉ બ્રહ્મદેશમાં સાથે જ થતાં. મરણોત્સવથીયે ચડી જાય તેવી આ બાળ-દીક્ષાને સારુ પોતાનો પુત્ર ઝટઝટ મોટો થઈ જાય તેવા સોણલાં નીમ્યા સેવતી હતી. રોજ ઊઠીને પાકી ખાતરી કરતી હતી કે બાળક વધ્યો છે કે નહીં? વર્ષો ભલે ઓછાં રહ્યાં, જરીક કાઠું કરી જાય, જરીક બોલતોચાલતો ને પોતાના વસ્ત્રો પહેરતો થઈ જાય તો પછી દીક્ષા ઊજવવી હતી.

પતિ ચાલ્યો ગયે તો લાંબો ગાળો વીતી ગયો હતો. અધરાતે 'નીમ્યા...એ!' ના આગલા ઉચ્ચારની એ કાંઈ હવે ખોટી રાહ જોતી નહીં. એવા ખાલી ભણકારા પોતાને વાગતા નહીં. ને લોકો પણ નીમ્યાના લુપ્ત થયેલા દાંપત્ય-સંસારની લપમાં કદી ઊતરતા નહીં. પોલીસે પણ હવે તો નીમ્યાના ઘર ફરતી મોડી રાતની છૂપી ચોકી નિષ્ફળ ગણી છોડી દીધી હતી. પડેલા પથ્થરની સામે બુદબુદોના થોડા બુમારણ કર્યા બાદ પાછાં સમથળ બનીને વહેવા લાગતાં પાણી જેવો જીવનનો પ્રવાહ પણ બની ગયો હતો. જૂનું રંગાલય ખાલી થયું હતું. આગલા નટોએ વિદાય લીધી હતી. નવા અભિનેતાને નવા પાઠ ભણાવતી મા સજાવી રહી હતી. જિંદગી એક સાચી રંગભૂમિ હતી.

કાગાનીંદરમાં ઢળેલી નીમ્યાને એકાએક લાગ્યું કે કોઈક નીચેથી સાદ કરે છે: "મા-નીમ્યા એ...!"

આ જૂનો બોલ નથી, 'નીમ્યા...એ' નથી. આ તો સ્પષ્ટ સંભળાય છે. 'મા-નીમ્યા એ...!'

ભણકારા હશે. અત્યારે કોણ આવે?

ધીરા ધીરા બોલ ફરી વાર સંભળાયા: "મા-નીમ્યા એ...!"

બીતાં બીતાં એણે બહાર આવી નીચે નજર કરી. અંધકારમાં કોઈક ઊભું હતું. "કોણ એ?"

"મા-નીમ્યા! જલદી ખોલ."

"કોનો અવાજ? વર્ષોથી અપરિચિત આ સ્વર કોનો સુણાય છે?

અંદર જઈ, અભરાઈ પરથી લાંબી લાંબી એક ચીજ લઈ, એક હાથે એ ચીજને ટટ્ટાર ઝાલી નીમ્યા નીચે ઊતરી.

એ ચીજ હતી - ધા.

બીજે હાથે બર ઉઘાડ્યું : " કોણ એ?"

"હું માંઉં."

"અકો!" નીમ્યાએ ભાઈને ઓળખ્યો. અંદર લીધો. શરીર પર કુંગીવેશ નહોતો. એથી ઊલટો સરકારી યુનિફૉર્મ સજેલો.

"અકો!" નીમ્યાનો કંઠ ભરાઈ આવ્યો.

"આટલું જ કહેવા આવ્યો છું, નીમ્યાઃ માંઊ-પૂ સલામત છે, પણ તારા હાથમાં એ જે દિવસે આવશે તે દિવસ એ આખો નહીં હોય, એના ટુકડા જ હશે એમ લાગે છે, નીમ્યા! અહીંથી દૂર દૂર ચાલી જજે. મ્યો(હશેર)માં રહીશ નહિ, ટો-માં (જંગલનાં ગામડાંમાં) ચાલી જજે. ઉચાળા ભરી કરીને ભાગી જજે."

"શા માટે, અકો?"

"નીમ્યા વધુ પૂછતી નહીં, આંહીં ચાલ્યો આવે છે - મહાસંહાર."

"અકો ! આ તું શું કહે છે?"

"અફર ભાવિના બોલ ભાખું છું, નીમ્યા ! પ્રલય ચાલ્યો આવે છે. અગ્નિના મેઘ તૂટી પડશે. આકાશ કોપશે, તધુલા ત્રાટકશે - પણ પાણીનાં નહીં, અગ્નિગોળાના. ભૂગર્ભ ફાટશે. પૃથ્વી ને ગગન બંને કાવતરું કરશે. માબાપ બાળકોને ભક્ષી જશે. આગની રોશની સો સો ગાઉ ફરતી દેખાશે."

"કોણ- કોણ? અકો ! કોણ આવશે ? કોણ સળગાવશે?"

"અમે, અમે જ પોતે. મહાસંહારની જબાન બનીને હું આવ્યો છું. નીમ્યા ! ઉગાર શોધજે - તારો ને તારાનો. કોઈને કહેતી નહીં કે હું આવ્યો હતો. કહ્યા ભેળી જ તું હતી-ન હતી બનશે ને તારા કાંઉલેને પૃથ્વી ગળી જશે. ફ્યાના બોલ છે. રખે ઉથાપતી. જાઉં છું નીમ્યા! અખ્વીં પ્યુબા! રજા આપ!"

તે પછી પરોઢ પૂર્વે એક વાદળી રંગનું વિમાન - વિના અવાજે દૂરના એક ખેતરમાંથી ઊડ્યું અને સિયામના પાટનગર બૅન્ગકોકની દિશામાં ચાલ્યું ગયું. એનો જે પાઈલટ હતો, તે બીજો કોઈ નહીં, પણ નીમ્યાનો 'અકો' માંઉ પોતે હતો, અને અંદર બેઠો હતો તે માંઉ-પૂ હતો. સાળો-બનેવી જાપાનના શાગિર્દો બની વિમાન સેવામાં પ્રવેશ્યા હતા.

મહાસંહારની આગાહીએ નીમ્યાની નીંદરને ચટકા ભર્યા જ કર્યા. ક્યારે મહાસંહાર? કોના તરફથી? શાને માટે? પોતે કોનું બગાડ્યું હતું? બ્રહ્મદેશીઓએ કોનો દોષ કર્યો હતો? ઇરાવદીએ કોને ધાન આપવાની ના પાડી હતી? આંહી કોણ કોને કાઢી મૂકતું હતું કે ખાઈ જતું હતું?

નીમ્યાને વિશ્વ-ભરખતા જર્મન જંગની જાણ હતી, પણ ઝાંખી ઝાંખી. એ યુદ્ધને ને બ્રહ્મદેશને કશી નિસ્બત નહોતી, આંહી તો બધાં ધમધોકાર કમાતાં હતાં. યંત્રો ચલાવતાં હતાં. સોનાંરૂપાં પહેરતાં હતાં. આંહીં હજુ તીન્જામ પ્વે અટક્યા નહોતા. તધુલાની રોળારોળ

કોઈએ બંધ કરાવી નહોતી. કાર્તિકી પૂર્ણિમાના તધીન્જો-દીવા કોઈએ ઓલવ્યા નહોતા. આંહીં શામાટે સંહાર ચાલે?

ચીન ને જાપાન લડતાં હતાં, પણ તે તો દૂર દૂર. આંહીં તો ચીનાઓ દુરિયાન વેચી રહ્યા છે, અપાંઉ-શૉપ ચલાવી રહેલ છે, બર્મીઓને પરણી રહેલ છે, ચાવલના ધાનના સોદા કરતા બેઠા છે. આંહીં તો જાપાનીઓ પણ દુકાનો ચલવે છે, અને ફોટોગ્રાફી કરી પેટગુજારો મેળવે છે.

આંહીં ચીનાઓ ક્યાં એકબીજાનાં માથા કાપે છે?

અને હવે તો ઊ-સો સ્વરાજના સહીસિક્કા કરવા સારુ જ લંડન ગયેલ છે. આંહીં શા સારુ આગનાં વર્ષણ થાય?

ડૉ. નૌતમના બાબલાને તો કોઈ સપાટો નહીં લાગી જાય ને? જલદી પ્રભાત પડે, તો હું જઈને બાબલાનાં માબાપને ચેતવું. પ્રભાતે રતુભાઈ આવ્યો. તેની સાથે પોતે સદાના જેવી હસતી રહેવા યત્ન કર્યો. એના ગળા સુધી રાતની કાળ-વાણી ભરી હતી. પણ અકો બિવરાવી ગયો હતો. એ કોઈ કુંગીની જ ભવિષ્યવાણી લાવ્યો હશે. કોઈને કહું ને તત્ક્ષણે જ આસમાનનાં અગ્નિજળ તૂટી પડે તો ! કહેવાયું નહીં. હાય ક્યાંક કહેવાઈ જશે, તો ધ્વંસ ત્રાટકી પડશે !

રતુભાઈની સોનારૂપાની દુકાનના માલથાલ વેપાર વિશેનો અહેવાલ આપીને નીમ્યા રતુભાઈ સામે એવી નજરે જોતી હતી કે જાણે એને કાંઈક જરૂરી વાત કહેવી હતી. રતુભાઈ પણ એ રાહ જોઈને થોભી ગયો. છેવટે નીમ્યાએ વાત કાઢી:

"અકો ! તમારા દેશમાં જવાનું તમને કદી મન જ કેમ નથી થતું?"

"આ પણ ક્યાં પરદેશ છે? આહીં તમે સૌ છો ને!"

"પણ દેશ જઈને હવે પરણો કરો ને!"

"કેમ, અમા! બીક લાગી કે વળી આંહીંના જુવાનોના ભાગમાંથી. હું પણ એક બરમણને ઓછી કરીશ!"

"હા, એ તો ખરું જ; અહીં કોઈને ન પરણશો, અકો, આખરે તો પોતાના દેશ જેવું કંઈયે સારું નહીં."

"પણ દેશમા મારે કોઈ નથી - અકો, અમા, અમે (મા), અફે(બાપા), મેમા (સ્ત્રી), કોઈ કરતં કોઈ નથી. મારે તો સાચો સ્વદેશ આંહીં છે."

"તો આપણે એક કરીએ, આંહીંથી ક્યાંઈક ગામડામાં રહેવા ચાલ્યાં જઈએ; હું, તમે, ડૉક્ટરનું કુટુંબ, મારી મા એટલાં જઈએ."

"ગામડાંમાં જઈને ખાઈએ શું? ધંધો ન ચાલે, પણ મા-નીમ્યા! તું કદી નહીં ને આજે આટલી વિહ્‌વળ કેમ દેખાય છે?"

"બીજું કાંઈ નહીં, મને ગામડામાં રહેવા જવાનું દિલ થાય છે. કાંઉલેને અહીં સારું રહેતું નથી."

"તો જશું આપણે, તધીન્જો (દિવાળી) કરીને જઈએ, તે દરમ્યાન આપણે ઉઘરાણી-પાઘરાણી પણ પતાવી લઈએ. સોનારૂપાંને ઠેકાણાસર મૂકવાં એ પણ મૂંઝવણવાળું કામ છે. હું સમેટવા માંડું."

"પણ આપણે એકલાં નહીં, ડૉક્ટર દંપતી પણ ભેગાં."

"તારું આજનું વેન પણ ભારી વિચિત્ર છે, અમા ! હં, તને આજે કોઈક યાદ આવ્યું લાગે છે."

પોતે પણ ચિંતામગ્ન બની ચાલ્યો ગયો. આ રંગીલા બર્મીઓની રંચ પણ ઉદાસી તેને અસહ્ય થઈ પડતી. સાત આગલી ને સાત પાછલી પેઢીઓની ફિકર વેઠતા, પરિગ્રહ-પુંજના બળદિયા જેવા, પલપલ રળવા સિવાય બીજા કોઈ નાદને ન ઓળખતા ને પોઢતી વેળા પણ ઓશીકે ને છાતીએ સટ્ટાના ટેલિફોનો ગોઠવતા ગુજરાતીઓને તો આનંદ કે ખુશમિજાજીનો ઈશ્વરી ઇન્કાર છે; એમને એકેય વાતની કમીના નહીં હોય તો ખુદ આનંદોત્સવની અંદરથી પણ કંઈ ને કંઈ કંકાસ ઊભો કરશે; પણ આ બ્રહ્મદેશી પ્રજાના પંખી-શા હળવાફૂલ પ્રાણ પર કેમ આવાં આત્મપીડન ઉદ્ભવવા લાગ્યાં ? નૃત્યમૂર્તિ નીમ્યા કેમ વિચારભરે અકળાવા લાગી? સારી સૃષ્ટિ રતુભાઈને ચકડોળે ચડતી જણાઈ.

કારણ કે નીમ્યા ઉદાસ બની હતી!

લગ્નના બજારમાં

"**ઓ**હોહો ! ભાઈ, આજકાલ તો તમારા ભાવ બહુ પુછાવા લાગ્યા છે." ડૉ. નૌતમે રતુભાઈને સત્કારતાં ખબર આપ્યાં: "આપણાં મનસુખલાલ અને એનાં પત્ની મા-ત્વે બે વાર તો આંટા ખાઈ ગયાં. કહો, હવે શો વિચાર છે!"

"શાનો?"

"એના જમાઈ બનવાનો." "મને લાગે છે કે હું દિવસે દિવસે સૌને માટે આંહીંનું 'ડસ્ટબીન' (કચરો નાખવાની સુધરાઈની પેટી) બનતો જોઉં છું." રતુભાઈએ હસીને જવાબ આપ્યો.

તુરત હેમકુંવરે ટકોર કરી : "વાહવા ! વાહવા! આમ તો સ્ત્રીજાતિનું ઘણું ઉપરાણું લ્યો છો, પણ અંદરથી એને કચરો જ માનતા લાગો છો."

"કચરો છે? મનસુખલાલની બર્મી છોકરી શું કચરો છે, હેં રતુભાઈ ! કેવી ફક્કડ છોકરી છે!" આટલું બોલીને ડૉ. નૌતમે તુરત પત્ની સામે જોઈ લીધું ને ટોળ કર્યું: "ભૂલી જવાયું હો! માફ કરજે. પારકી છોકરીનાં વખાણ પોતાની બૈરીની હાજરીમાં ન કરવાં જોઈએ."

"ને પાછો આટલો મોટો વારસો!" હેમકુંવરબહેને રતુભાઈને લાલચ બતાવી.

"હા, એ એક મોટું આકર્ષણ ખરું." રતુભાઈએ લહેર કરી.

"એ આકર્ષણની વાત ભલે છોડીએ, રતુભાઈ!" હેમકુંવરબહેને વાતને વિસ્તારવા માંડી : "પણ આ તો મોટું કર્તવ્ય બજાવવાનું છે. મનસુખલાલ તો હામ ભીડીને કહે છે કે ગુજરાતી કોઈ ન સ્વીકારે તો ઘેર જાય, હું બરમા જોડે પરણાવી દઈશ. પણ એ માર્ગ વિકટ છે. બાઈ જ પોતાની છોકરીને બર્મી સંસારમાં ધકેલવા નારાજ છે. બાવીશ વર્ષનું એનું પરણેતર, એકવીશ વર્ષની દીકરી, ઉછેરી આખી ગુજરાતી ઢબે, માંસમચ્છીને તો દીઠાં ન સહી શકે: એને વનસ્પત્યાહારી તો ઠીક, પણ ભણેલગણેલ બરમોય કોણ જડે? આખો ઉછેર જ જુદો થઈ ગયો. બર્મી સંસ્કારમાં ઉછરેલી છોકરી શ્રીમંત હોય તોય ગરીબને અને ભણેલી હોય તોય અભણને જઈ શકે. પણ આ થોડું એમ કરી શકે છે?"

"એ પણ એક વિચિત્ર વાત નથી." રતુભાઈએ હેમકુંવરબહેન સામેથી ડૉ. નૌતમ પ્રત્યે વળીને કહ્યું, "કે દરેક માણસ જુવાન થાય અને પાંચ પૈસા કમાતો થાય કે તરત એને લગ્નના બજારમાં ઊભેલો ગણવામાં આવે છે?" "ખોટું શું છે?" ડૉ. નૌતમ બોલ્યા : "દરેક 'નૉર્મલ' માણસનું તો એમ જ માનવું ઘટે."

"નૉર્મલ એટલે?" રતુભાઈએ પૂછ્યું.

"શરીરથી સામાન્ય રીતે સશક્ત અને મર્દાઈવાળો, વૃત્તિથી અમિતભોગી, મનથી પ્રફુલ્લિત અને મગજથી વિચારશીલ."

"તે ઉપરાંત શું કોઈ એવો સંજોગ નથી કે જે માણસને 'નૉર્મલ' હોવા છતાં પરણવાને નાલાયક ઠરાવે ?"

"શો સંજોગ?"

"કોઈ પ્રબળ આઘાત લાગ્યો હોય, કોઈ ભયાનક સામાજિક અત્યાચાર એની આડે ઊભો થયો હોય."

"એટલે શું તમે હિંદની પરાધીનતાની વાત કરો છો? ગાંધીજી લડત સળગાવવાના છે તેની કાંઈ નડતર આવે છે?"

"ના રે ભાઈ, ના, એવી મોટી બાબતો તો કોઈને પરણતાં કે મરતાં રોકતી નથી. લડતોની વચ્ચેય લગ્ન, અને કારાવસની અંદર પણ પ્રસૂતિ થઈ શકે છે."

"તો શું ગુલામ દેશમાં ગુલામ સંતાનોની વૃદ્ધિ કરવાથી ડરો છો?"

"એમ પણ નહીં, એમાં તો હું ઊલટાનો માનું છું. જેમ ગુલામો ઉમેરાય છે તેમ લડવૈયા પણ વધે છે ના!"

"તો પછી એવી શી 'ઍબ્નૉર્મલ સિચ્યુએશન' (અસાધારણ સ્થિતિ) તમને નડી છે?"

"લ્યો નૌતમભાઈ, આ વાંચો." એમ કહીને રતુભાઈએ પોતાના ગજવામાંથી ટપાલમાં આવેલો એક લાંબો કાગળ આપ્યો.

વાંચતા ગયા તેમ ડૉક્ટરનાં ભવાં ચડઊતર કરતાં ગયાં. થોડી વાર મોં લાલ થયું. થોડી વાર આંખો મિંચાઈ ગઈ. એકધારી મુખછટા ન રહી શકી.

"આને વંચાવું?" એણે વાંચીને પછી રતુભાઈને પૂછ્યું. "જરૂર."

હેમકુંવરે પણ કાગળ વાંચ્યો -

પૂજ્ય શિરછત્ર કાકા,

માંડ માંડ આટલું લખું છું. મારી બા મને લઈને જેતપુરથી આંહીં આવી છે. એના ધરમગુરુ પાસે પરાણે મને ચોથા વ્રતની બાધા લેવરાવી છે. મને મહારાજ આગલા ભવની વાતો સંભળાવે છે તે મારાથી સાંભળી જતી નથી. મને પરાણે શાસ્ત્રોનું ભણતર ભણાવે છે. મારું મન તો તમે જાણો છો. મારા બાપુએ મરતાં મરતાં તમને સોંપી છે. તમારી હાજરી નહીં તેટલામાં મારી બાએ મારું નસીબ ફોડી નાખ્યું. સામા માણસને ક્ષય હતો એ શું મારી બા

નહોતી જાણતી ? પંદર જ દિવસનું પરણેતર - ને હવે આંહીં શાસ્ત્રોનું કેદખાનું - ને માથે સાધુના ચોકીપહેરા. કાકા, તમે ત્યાં બેઠા આનંદ કરતા હશો. યાદ કરજો, મારા બાપુએ - તમારા સગા મોટાભાઈએ - મરતાં મરતાં મારો હાથ તમને સોંપ્યો હતો.

લિ. છોરુ તારાનાં પાયલાગણ.

કાગળ વાંચીને એની ફરી ગડીઓ વાળતાં હેમકુંવરબહેનને ઘણી મહેનત પડી. અને પછી વરવહુએ એકબીજા સામે ચાવી ચડાવેલાં યાંત્રિક પૂતળાં પેઠે જોયા કર્યું. રતુભાઈ તે વખતે પોતાની ડાયરીમાં કેટલીક વ્યાપારની નોંધો ટપકાવી રહ્યો હતો. એ પૂરી કરીને પોતે ગજવામાં સ્વસ્થપણે મૂકી, પેન ઉપલા ગજવામાં ગોઠવી, પછી ઊઠીને કહ્યું : "લો ત્યારે, હવે અત્યારે તો જાઉં છું."

કાગળ હેમકુંવરબહેને એના સામે લંબાવ્યો તે એણે કશો જ ઉશ્કેરાટ બતાવ્યા વગર લઈ ફરી વાર કાળજીથી ગજવાની નોટમાં ગોઠવીને મૂક્યો.

તધીન્જો

કાંઉલે એના હાથમાંથી છૂટી ગયો તેની એને સરત ન રહી.

સેંકડો લોકો તેની આસપાસ ચાલતાં હતાં. તેઓ પ્રશાંત હતાં. કોઈ કોલાહલ કરતું નહોતું. સેંકડો પગની ફનાઓ જ ફક્ત ટપાક ટપાક તાલ આપતી હતી. સૌ એનું મૂંગું નૃત્ય નિહાળતાં નદીકિનારે ચાલ્યાં. એને મન આ જાણે કે છેલ્લો તધીન્જો હતો. ફરી આવો વર્ષોત્સવ આવે કે ન આવે. ફરી નવાં ધાન પાકે કે ન પાકે. શારદાલક્ષ્મી ફરી વરદાન દ્યે કે ન દ્યે. કમોદના ક્યારા કોણ જાણે ફરી ક્યારે ઝૂલશે. માટે કરી લ્યો નૃત્ય! નવલાં ધાન્યનું નૃત્ય. નવલાં નીરનું નૃત્ય. શેષ વેળાની શરદનું નૃત્ય.

નીતરેલી શરદનાં વાદળાંએ ગગનને કાંઠે જાણે કે ચાવલના પુંજેપુંજ ખડક્યા હતા.

નદીતીરે એ થંભી. એણે પોતાનું ફાનસ નીરમાં તરતું મૂક્યું. ને એ ઊઠી ત્યારે હૈયે ધ્રાસકો પડ્યો. બાજુએ જોયું. કાંઉલે ક્યાં?

"આ તારો કાંઉલે, અમા!" એમ કહેતા લોકવૃંદના એક પુરુષે કાંઉલે માતાના કરમાં આપ્યો. કંઉલેને લ્ ઈને એ બરમો ચુપચાપ પાછળ પાછળ દીપદર્શને ચાલ્યો આવતો હતો.

બેભાન નીમ્યા શરમિંદી બની અને ફાળ ખાઈ ચમકી ઊઠી: "અરરર! કોઈ કુંગી મારા ઢંગ દેખી ગયા હોત તો!"

એ જ સમયે પૂર્ણિમાની ચાંદનીમાં માંડલે તરફની એ ઉત્તર દિશા, કોઈએ જાણે આગ મૂકી હોય તેમ સળગી ઉઠી. ભડકા ! ભડકા ! ભડકા !

ભાઈની ભવિષ્યવાણીએ પહેલો પરચો બતાવ્યો. પ્રભાતે સાંભળ્યું કે બર્મા-રોડ પર જાપાનનાં વિમાનોએ અઢળક આગગોળા વરસાવ્યા છે. ચીનને જાપાન સામે જીતવા-ઝઝૂમવા માટેનો શસ્ત્રસરંજામ પહોંચતો કરનાર એ એક માત્ર વ્યવહાર-કેડાને જાપાન છૂંદવા લાગ્યું હતું. બર્માનો એક ગુનો થયો હતો કે ચીનને અને હિંદને સંયોજતી એ પુરાતન સડક બર્માની ભૂમિ પરથી પસાર થતી હતી. બ્રિટને એ સડકને રક્ષણ આપ્યું નહોતું. કારણ કે જાપાન હજુયે બ્રિટનનું મિત્ર હતું. કારણ કે બ્રિટન જાપાનને શસ્ત્રસરંજામ બનાવવા અઢળક ધાતુ વેચ્યે જતું હતું.

*

નીમ્યા જ્યારે નવાં ધાન્યને નૃત્યની અંજલિ આપી રહી હતી, તે જ વખતે શામજી શેઠ કારિકી પૂર્ણિમાનું નવું આવતું ધાન ખરીદતા હતા. વીસ વર્ષે પણ એણે બર્મી ભાષા બોલવામાં શુદ્ધિ મેળવવાની પરવા નહોતી કરી. એનો ઘોઘરો અવાજ ઑફિસમાં ગાજતો હતો:

"પણ-પણ-તે ચનૌરોં ધલવ સોરે-સભા શું કરવા યુમે? (તે અમે એ ભીંજેલું ધાન શા બાબત લઈએ?" ધાન વેચવા આવેલા એક બરમા જોડે પોતે માથાફોડ કરતા હતા.

"કાં શેઠ, હજુયે કાં ધાન ખરીદો?" શાંતિદાસ શેઠે કહ્યું.

"શું છે તે ન ખરીદું? ઊ-સોને તો ચર્ચિલે ચિરૂટના બદલામાં બરાબરનો તમાચો ચોડી દીધો છે. ઠીકાઠીકની ટપાટપી બોલી ગઈ છે. હમણાં તો હવે ઊ-સો જખ મારે છે. આંહીંથી આપણને કાઢી રિયો."

"પણ જાપાન-અમેરિકાની વાતચીતનો અંજામ તો જુઓ!"

"માર્યું ફરે છે જાપાન. એની પાસે સોનું ને વિમાનો જ ક્યાં બળ્યાં છે? આ આંહીં તો હું અક્કેક જાપાનીને મળ્યો છું. જાપાનથી આવનારા આપણા ભાઈઓને મળું છું. અક્કેક કહે છે કે જાપાન મરી જશે. જાપાન પાસે વિમાન નથી, સોનું નથી, દાણા નથી, આમાં તે જાપાનનો ગજ વાગે? આશાય રાખજો મા, આંઈ લડાઈ ફડાઈ કાંઈ ઢૂંકે નહીં. ને બર્મા રોડ ને! ઈ તો અંગ્રેજની જ દાનત ખોરું ટોપરું છે, શેઠ ! ચીનને મદદ દેવી નહીં પરવડતી હોય, પોતાની અને જાપાનની વચ્ચે વેં'ચી લેવું હશે, એટલે કીધું હશે કે હંબ મારો બાપો ! ઉડવ તું તારે કુરચા બરમા રોડના ! મારે બંધ કરીને દુનિયામાં ઉઘાડા પડવું, તે કરતાં તું જ મારું કામ પતાવ ને ભલા! આપણે તો રોટલાનું કામ છે કે ટપટપનું? આ એમ છે મારા શેઠ ! બીજું શું ? આપણેય તે રોટલાનું કામ છે, ટપટપનું નહીં."

લડાઈની ચાલનો શામજી શેઠનો ઉકેલ કારતક મહિનાની કમોદના અઢળક ઢગલા વચ્ચે આ પ્રકારનો હતો. એમને હંમેશાં રોટલાનું કામ હતું. ટપટપનું નહિ.

એમની વાત સાચી હતી: અહીં અનેક પેઢીઓ ઉઘાડીને જાપાનીઓ બેઠા હતા. એ પેઢીઓમાં કયા માલનો વેપાર ચાલે છે તેની બહુ થોડાને ગમ પડતી. જાપાનીઓ બાઘા જેવા, બેવકૂફ અને પોતાના દેશની અંદરખાનેની દયાજનક દશાનો વારંવાર વિલાપ કરતા લાગતા, અને બરમાઓ સગા ભાઈઓ હોય તેવા સ્નેહની સરવાણી રેલવતે નેત્રે નિહાળી નિહાળી નમન કરતા.

તેમની નજર અમેરિકા પર મંડાઈ હતી. જાપાની પ્રતિનિધિ વૉશિંગ્ટન જઈને વ્હાઈટ હાઉસના પગથિયાં ઘસી રહ્યો હતો. પ્રમુખ રૂઝવેલ્ટનાં એ કેવાં ચરણો ચૂમતો હતો

અને રૂઝવેલ્ટ - ચર્ચિલ એને કેવા દબડાવતા હતા તેનાં વર્ણનોવાળાં રોજના છાપાં વંચાતાં. એ વાંચી વાંચીને પસાર થતી બર્માની પચરંગી દુનિયા આ બાઘા જેવા બેઠેલા જાપાનીઓનાં મોં સામે તાકતી. જાપાનીઓ વળી ઓર વધુ દિગ્મૂઢતાનો દેખાવ ધારણ કરતા.

નીમ્યાને અને કાંઉલેને માટે રતુભાઈએ પાંચેક ગાઉ દૂરના ગામડામાં નાનું ઘર રાખ્યું હતું અને ત્યાં પોતે મોટરમાં જતો આવતો. હવે રતુભાઈ મોટરવાળો બન્યો હતો. બર્મી કુટુંબોમાં જોઈતાં સુવર્ણાભરણો અને રત્નાભરણો સાથે રતુભાઈની શાખ જડાઈ ગઈ હતી. છેક શાન સ્ટેટના રાયજાદાઓનાં ઘરમાં પણ રતુભાઈના નામનો સિક્કો પડતો. માલ લઈ જઈને એમને આંગણે ઊભા રહેનાર આ યુવાન વેપારીને માટે અંતઃપુરનાં દ્વારો ઊઘડતાં જરીકે વાર લાગતી નહીં. એની પૂર્વે ગયેલા અનેક યુવાન બાબુઓ ડરનું કારણ બન્યા હતા. એ ભયને રતુભાઈના મોંના 'અમા' (બહેન) બોલે ભૂંસી નાખ્યો હતો.

આ મોટર, આ રત્નો, શાન સ્ટેટના રાજદરબારી અંતઃપુરોની આદરભરી અમાઓ, અને નીમ્યા-કાંઉલેની સંભાળ, બધાં વચ્ચે દેશવાસી ભત્રીજી તારા તરવરતી હતી. તારાને બચાવવા પોતે જવું જ જોઈએ. તારાને ન છોડાવે ને ઇચ્છિત સ્થાને ઠેકાણે ન પાડે ત્યાં સુધી પોતાનો લગ્નસંસાર સર્જાવવાનો હક ન હોઈ શકે. એક પછી એક આગબોટ રંગૂનથી હિંદ જવા ઊપડતી હતી, પણ 'કાઉલે'નું મોં દેખીને પોતે અઠવાડિયું અઠવાડિયું મોડું કરતો હતો. નીમ્યા પણ એને થોડુંક થોભી જવા કહેતી હતી, અને વળી પાછી અકો માંઉની તે રાતની ભવિષ્યવાણી યાદ કરીને રતુભાઈને જલદી ચાલ્યા જવા કહેતી હતી. નીમ્યા આગાળ એણે હજુ પોતાની સગી ભત્રીજી તારાની વાત ખુલ્લી કરી જ નહોતી. રતુભાઈ સમજતો હતો કે બે'ક મહિનામાં તો દેશનું કામ પતાવીને પાછા આવી જવાશે, પોતે તારાને હરકોઈ ઉપાયે આંહીં જ લેતો આવશે. પણ નીમ્યાને તો લાંબી જુદાઈના ભણકારા વાગી ગયા હતા. છ મહિના તો એણે ઓછામાં ઓછા ટેવ્યા હતા. જેના આવાગમનનું ભાઈ ભાખી ગયો છે તે મહાસંહારનો દૈત્ય છ મહિના ચરીને તો પછી ચાલ્યો જ જશે. પછી તો પૂર્વવત્ સ્થિતિ પાછી વળશે, પછી તો ફરી સોના-હીરાની દુકાન ચાલુ કરશું, કાંઉલે પણ મોટો થઈ જશે, ખૂની પતિ માંઉ-પૂ માફી પામીને પાછો વળશે, અકો પણ આવશે અને રતુભાઈના ઉપકારો જાણી બધા કેટલા રાજી થશે?

ભાગો ! ભાગો!

સ્ટીમર ઊપડતાં પહેલાં અડધા જ કલાકે, આભ ફાટીને અંદરથી તારામંડળ ઝરે તેમ ખબરો તૂટી પડ્યા:

-ઓચિંતા ત્રાટકીને જાપાને પ્રશાંત સાગરમાં અમેરિકાના મોતીબંદર (પર્લ હાર્બર)નો આખો અમેરિકન નૌકા-કાફલો તારાજ કરી નાખ્યો છે. અને રતુભાઈના પરિયાણ રઝળી પડ્યાં.

દિન પર દિન: પ્રહર પછી પ્રહર: અને રેડિયો ઝણેણતા ગયા કે જાપાન ગિલ્લીદંડાની રમત જેટલી સહજતાથી પ્રશાંતના ટાપુઓને ઉપાડતું આવે છે.

જગતને આંખો ચોળીને સ્વચ્છ નજરે નિહાળવાની સૂઝ પડે તે પૂર્વે તો જાપાને મલાયાની સામુદ્રધુનીમાંથી બે ઉત્કૃષ્ટ અંગ્રેજી રનજહાજોને પાતાળે બેસાર્યાં. મલાયામાં ઉપરથી કટકો ઉતાર્યા.

પવનમાં જેમ તારીખિયાં પરથી ફાટતાં ફાટતાં પાનાં ઊડવા લાગે તેમ જાપાની ઝંઝાવાતમાં ઇંગ્લન્ડ-અમેરિકાના પ્રાણપ્યારા પૅસિફિક પ્રદેશો ઊપડાવા લાગ્યા.

વજ્રકડાકો બોલ્યો - સિંગાપોર તૂટ્યું. શેષનાગની ફેણ પરથી ગોરી સત્તાની મેખ ઊખડી ગઈ.

અરે પણ, બ્રહ્મદેશમાંથી પેલા બાઘોલા જેવા બેઠા બેઠા બગાસાં ખાતા જાપાનીઓ ક્યાં ગયા? શું પૃથ્વીએ પોતાનામાં સમાવી લીધા?

આંધી આવે છે: અગ્નિના વંટોળ લાવે છે, મલાયાથી ઉપર ને ઉપર આવે છે, સિયામથી સીધી ને તીરછી સબકારા કરતી આવે છે.

ભાગો, ભાગો, ભાગો! ઉઘરાણી-પાઘરાણી સમેટો, હાથ પરનાં ધાન હોય તે પાણીને મૂલે પતાવો, લક્ષ્મી હોય તે હિંદ ભેગી કરો, બૈરાં-છોકરાંને આગબોટો પર ચડાવો, બળતું ઘર કૃષ્ણાર્પણ કરો ! આ કાંઈ આપણો દેશ નથી. આ તો છે પારકી ભૂમિ, એને એના પ્રારબ્ધ પર છોડો. આપણું પ્રારબ્ધ લઈને આપણે ભાગો.

માલ હોય તેનો જલદી ખુરદો કરી નાખવાને માટે વેચાણનો એક મહાવંટોળ જાગ્યો. રતુભાઈએ પણ ભાનભૂલ્યાને જેમ માંડલે, રંગૂન અને શાન રાજ્યોની ધૂમાધૂમ માંડી દીધી, કારણ કે એની પેઢીમાં પારકી રકમ રોકાતી હતી. એમાં મુખ્યત્વે કરીને સોનાંકાકી ને નીમ્યાની પણ રકમો હતી. અનેક નાનાં નાનાં બર્મી કુટુંબો પાસેથી સોનાંકાકીએ અને નીમ્યાએ આણી આપેલી થાપણ પર એ પોતાનો ધંધો પાથરીને બેઠો હતો. એને શિરે

સાપના ભારા હતા. એ કોઈ હજુ ઉઘરાણીએ ફરકતું નહોતું. ઉઘરાણીનો દેકારો બોલાવતા તો શાંતિદાસ શેઠના સંધી સરીખા મહેતાજીઓ આંટા ઉપર આંટા ખાઈ રહ્યા હતા.

ડિસેમ્બરની તા ૨૩: બપોરના અગિયાર -

રંગૂનનાં રાંધ્યાં ધાન રઝળી પડ્યાં. આકાશના કાકીડા હોય તેવા અભેદરંગી જાપાની વિમાનોએ પહેલી પ્રાછટ દીધી અને પત્રિકાઓ વરસાવી : "ખસી જજો, બાર બાર ગાઉ વેગળા ખસી જજો.'

પછી તો પરોઢે, પરોઢે ઊગતા સૂર્યને અને વિસર્જન થતી રાતને જાપાને આગની અંજલીઓ આપવા માંડી, કાળનાં કંકુડાં વેર્યાં.

"ખબરદાર ! માલ ફેરવતા ના!" સરકારી રખેવાળોએ પ્રજાના ભર્યા ભંડારો પર તાળાં લગાવ્યાં.

"સ્ટીમરો ક્યાં છે? અરે જલદી હિંદની આગબોટો લાવો. તો ભાગતાં થઈએ." ભારતવાસીઓએ ચીસો પાડી.

આગબોટોમાં જગ્યા ઓછી થઈ: ગોરાં હતાં તે સૌ પહેલાં બચવા ઊમટ્યાં.

"તો વિમાનો લાવો ! માગો તેટલા નાણાં દઈએ, શાંતિદાસ શેઠના બાળકોને જોખીને સુવર્ણ દઈએ. એકાદું વિમાન આપો."

"વિમાનની ટાંચપ છે, શેઠ ! વારો આવવા દો."

પહેલી જ વાર શાંતિદાસ શેઠને બ્રહ્મજ્ઞાન થયું કે કોઈક વાર સોનાં પણ કાર્યસાધક બનતાં નથી.

જાન્યુઆરી માસ - અને મોલમીનનો ધ્વંસ બોલ્યો. નિમ્નતર બ્રહ્મદેશનું જળભરપૂર ચાવલ કેન્દ્ર અને ગુજરાતી બાબુઓએ બાવડાંને જોરે બાંધેલું, સમૃદ્ધીએ છલકાવેલું ઇરાવદીનું અજોડ પઢાઉ-પુષ્પ મોલમીન, હતું - ન હતું થયું.

ને ત્યાંથી રઝળેલાં, આગબોટો વગર રહી ગયેલાં હજારો હિજરતીઓનો સંઘ ચાલ્યો આવતો હતો પીમના અને માંડલે તરફ.

રતુભાઈ, ડૉ નૌતમ અને હેમકુંવર ત્રણેએ ગુજરાતીઓને ઢંઢોળ્યા. સ્થાને સ્થાને ગુજરાતીઓએ આ અનાથોને આશરા, ભોજન અને આગળ વધવાની ખરચી પૂરી પાડવા માંડી. ગુજતાતીઓ, બંગાળીઓ, પંજાબીઓ, યુક્ત પ્રાંતના ગવલી ભૈયાઓ, ચેટ્ટીઓ - હિંદુ કે મુસ્લિમ સર્વ ભારતવાસીઓ સ્ટેશને પ્રસાદી તેમ જ સહાય પ્રાપ્ત કરીને આગળ વધ્યાં

ઓતરાદી દિશાએ, આથમણા જળ-કેડા ને ગગન કેડા તો રૂંધાઈ ગયા હતા. રંગૂનના બારામાં ખદબદતી એ માનવજાત હતી કે જીવાત? - જરા દૂરથી જોઈએ તો કહેવું કઠિન પડે.

ને રંગૂન-માંડલેની આ હજુયે ચાલુ રહેલી રેલવે લાઇન પર તે પછી એક બિભીષણ દૃશ્ય નજરે પડ્યું.

કોઈ હાથ છેદાયેલી, તો કોઈ નાક-કાન વગરની, તો કોઈ પગ જ હારી બેઠેલી એ કોણ ઓરતો આવી રહી હતી?

મોલમીનથી નાઠેલી ચીની સ્ત્રીઓ, તેમણે દૃશ્ય જગતમાં જે ગુમાવ્યું હતું તે તો દેખાતું હતું, પણ અદીઠી રહી ગઈ તેમનાં અગોચર આતમ જગતની જફાઓ.

તેમનાં શિયળ રોળાયાં હતાં

રસ્તે દુકાનો, હોટલો, નારી-દેહો, જે કાંઈ હાથ આવતું તે લૂંટાતું હતું. માંડ માંડ મોકો મળ્યો હતો.

*

"હઠ છોડી દ્યો ડૉક્ટર; તમારે ને હેમકુંવર બહેને ઊપડી જવું જ જોઈએ."

"તમને સૌને મૂકીને?"

"હા. મૂકીને. તમારે માટે નહીં, હેમકુંવરબહેન માટે. મેં મારી નજરે જોયા છે ચિનાઈ સ્ત્રીઓના હાલહવાલ. ને હું કલ્પના કરતાંય કંપું છું. હેમકુંવરબહેનને નવમો માસ ચડી રહ્યો છે, એને કંઈક થાય તો આપણે ક્યાં જઈશું!"

"પણ તમે?"

"અમને જમડોય નથી ખાવાનો. અમે ગમે તેમ કરીને પહોંચશું. આ લ્યો, આ લ્યો આ બે પેસેજ. સિંધિયા સ્ટીમવાળી બોટ પરમ દિવસ જ જાય છે. ચાલો ઊપડો. તમારો સામાન હું સચવાવું છું."

વળતી સવારે ડૉ. નૌતમની મોટર એ દંપતીને અને રતુભાઈને લઈ રંગૂન તરફ ચાલી નીકળી.

એ જ સવારે રંગૂનની પૃથ્વીમાં ઊંડે પેસી પેસીને પછી જાપાની બૉમ્બોએ જ્વાળામુખીઓ સર્જાવ્યા હતા. શહેરની બજારોમાં શબો ખડકીને જાણે કે કૂતરાં ને ગીધડાં વેપાર કરતાં બેઠાં હતાં. શબો ઉપર થઈને મોટર ચાલી. રતુભાઈ હાંકતો હતો. હેમકુંવરબહેનને અંદર આંખો

મીંચાડી આડે પડખે કરી દીધાં. બાબલો ડૉ. નૌતમના ખોળામાં ઊંઘતો હતો. એ ફૂલને આ ધ્વંસની શી પડી હતી!

"જુઓ ડૉક્ટર, શાંતિદાસ શેઠની દુકાનના હાલ," મોટર હાંકતાં રતુભાઈએ બજારમાં આંખ તીરછી કરી બતાવ્યું. મૂએલા કાગડાઓનાં પીંછડેપીંછડાં પીંખાઈને ઊડતાં હોય તેવો એ દુકાનનો દેખાવ હતો. ઝેરબાદીઓ ને બરમાઓ લૂંટતા હતા. મિલિટરી ઊભી હતી પણ તેમનું લક્ષ્ય બીજી દિશામાં હતું!

મૂએલો કાગડો ! આમાં એકાદ પીંછડું - નાનકડું એકાદ - નીમ્યાની પેલી વીંટીં હશે ! પેલાં નધાં હશે ! અરેરે ! કોનું શું શું નહીં હોય !

મોટર આગળ ચાલી. બંદર થોડે જ દૂર હતું. સ્ટીમરના હાંફવાનો અવાજ સંભળાતો હતો. ફક ફક ધુમાડા કાઢતું ભૂંગળું દેખાતું હતું. પણ ચોપાસ માઈલ માઈલ સુધીની જગ્યામાં સળી મૂકવાનોય મારગ નહોતો. માનવીઓની જીવાત છાણના પોદળામાં જાણે કે ઊભરાઈ પડી હતી. પુરુષોના હાકોટા, સ્ત્રીઓના કિકિયાટા, છોકરાંના રુદન, ટ્રંકો-પેટીઓની ધડાધડી, ધક્કાધક્કી, ટંટાફિસાદના કોલાહલ, પોલીસના કોરડાની ફડાફડી, પીઠ પર બેઠેલા ગોરા-કાળાઓના માર ખાતા દોડતા રિક્ષા ખેંચનારાની હાંફાંહાંફી, ઘોડાગાડીના લપસતા ઘોડાના એ ડામરની સડક ઉપર જીવલેણ પછડાટા - એ બધાંની વચ્ચે મોટરને દોડાવાનો સીધો દોર માર્ગ પડી ગયો હતો.

ઘર ભણી

જાણવાની કપ્તાનને પળ પણ નહોતી. ત્રણેક હજાર ઉતારુઓ પર એક જ બૉમ્બ પડતાં કેવી હોનારત થાય તે કલ્પનાતીત હતું.

આગબોટને કાંઠા સાથે બાંધતું સ્થૂળ દોરડું તો ઊપડી ગયું, પણ બીજું એક દોરડું સરતી જતી આગબોટની ને કિનારાની વચ્ચે રચાયું. 'ઓ-ઓ-ઓ-ઓ-ઓ-' બોટના તૂતક પરથી હજાર ચિચિયારીઓના વળ દેવાયા.

'હો-હો-હો-હો-' કાંઠેથી સેંકડો હાહાકારો સામે જઈને સંધાયા.

પતિઓ ચડી ગયા હતા ને પત્નીઓ પાછળ રહી હતી. માબાપ સામાન મૂકવા ઉપર પહોંચ્યા હતાં ને નાનાં નિરાધાર બાળકો પાછળ રહી જઈ કિનારાને આંસુધારે ભીંજવતાં હતાં.

અસહાય દશાની સામસામી દારુણ ચીસો પડતી હતી, ને દરિયો જાણે કે એ આક્રંદ ન સહેવાતાં પછાડા મારતો હતો.

સાંભળ્યું જે સહેવાતું નથી, તે નજરે નિહાળ્યું અને જાતે અનુભવ્યું કેટલું કારમું હશે.

છે કોઈ આવી ભેદકતા વિશ્વના ઇતિહાસમાં?

હા, હા, - ગોરા યુરોપવાસીઓ હબસીઓને ગુલામો પકડતા, ને પછી મા કોઈકને ભાગે જતી, બાળક બીજાને પનારે પડતું, પતિ અને પત્નીને જુદા જુદા માલિકો ખરીદી ખરીદી કોરડાથી બરડા ફાડતા લઈ જતા, તેવી વિચ્છેદવેળાએ આવા જ ચિત્કાર ઊઠ્યા હશે શું આફ્રિકાના કિનારાઓ ઉપર?

"ઉપર આવો, ડેડી ! દોડ્યા આવો!" મોટરમાંથી દોડ મારીને સ્ટીમર પર ચડી ગયેલી પેલી ગોરી યુવતી ડેક પરથી પિતાને વ્યર્થ બોલાવી રહી હતી. એની સાથેનો પુરુષ અને બે બાળકો નીચે જેટી પર ઊભાં ઊભાં આગબોટ અને પૃથ્વી વચ્ચે પહોળાતું જતું ઇરાવદીની ખાડીનું ડહોળાયેલું અંતર નિહાળી રહ્યાં. તેમને પાછાં લઈને એજ ડૉ. નૌતમની મોટર બહાર નીકળી ત્યારે ડૉ. નૌતમનનો કાફલો હજુ ફૂટપાથ પર સૂનમૂન ઊભો હતો. રતુભાઈ વાહન મેળવવા દોડધામ કરતા હતા. 'એય આપલી ગાડી!' બાબલો બોલી ઊઠ્યો અને એ શબ્દે મોટરમાં જતા ગોરાના કાન ચમકાવ્યા. તેણે મોટરધણીના કુટુંબને નજરે નિહાળ્યું અને છોકરાંઓને કહ્યું: "પ્રભુએ જ આપણને શિક્ષા કરી. આપણી જેમ આ બીજાં જેઓ બોટ પર જતાં હશે તેમની જ મોટર આપણે ઝૂંટવી લીધી!"

"હવે સ્ટીમર નહીં મળે, હેં ડૅડી?" સાત વર્ષના છોકરાએ બાપને પૂછ્યું.

"સંભવ નથી, હવે તો બીજે જ કોઈ રસ્તેથી નીકળવું પડશે. બહેન એકલી ગઈ. એનો સામાન પણ આંહીં પડ્યો રહ્યો."

ચૌદ વર્ષની પુત્રીએ પૂછ્યું: "આપણે માટે જેની કાર લઈ લીધી એ ઇન્ડિયન સ્ત્રી ફૂટપાથ બેસી કેમ ગઈ હતી, હેં ડૅડી?"

"એ સગર્ભા લાગતી હતી."

"ઓ માય!"

એ ગોરાં અને પેલાં હિંદીવાનો, આગબોટ ચૂકેલાં બેઉ પાછાં પીમના જવા સારુ સ્ટેશન પર મળ્યાં. પાછા ગયા વગર છૂટકો નહોતો. રંગૂનના બારા પર બૉમ્બમારો થવાથી હવે ઘડીઓ જ ગણાતી હતી.

સ્ટેશન પર ઊભાં ઊભાં જ તેમણે કડાકા સાંભળ્યા. બંદરના ફુરચા ઊડતા હતા.

*

શિવશંકર શું થયું હશે? રતુભાઈ મૂંઝાવા લાગ્યો. ખનાન-ટો તો ઉદ્યોગનો પ્રદેશ છે, ત્યાં તો જાપાન ધ્વંસ કર્યા વગર રહેજે જ નહીં. ખનાન-ટો જવાની સંપાનો પણ બંધ પડી ગઈ હતી. કેટલા દિવસથી શિવને લખ્યું છે કે સૌને લઈને પીમના ચાલ્યો આવ.

રતુભઆઈ જાણીતા ગુજરાતીઓને ગોતતો, ટ્રેનની રાહ જોતો ફરતો હતો, તે દરમ્યાન એ ગોરા પિતા અને એનાં બે બાળકો સાથે ડૉ. નૌતમ અને હેમકુંવરબહેનનો સંપર્ક થયો. અંગ્રેજના મોં પર શરમ હતી. એણે શબ્દોમાં ન માગેલી ક્ષમા મૂંગી મૂંગી એનાં નેત્રોમાંથી ટપકી રહી. પેલી બોટમાં બેસી ગયેલી બાઈ એની દીકરી હતી એ જાણ્યા પછી ડૉ. નૌતમે કહ્યું: "તમારી પુત્રીને એક વાર મેં કોચવી હતી. એને મેં ફાળામાં પૈસા આપવાની ના કહેલી."

"તમે એ ઉચિત જ કર્યું હતું." અંગ્રેજનો જવાબ અજાયબીભર્યો આવ્યો : "હું એવા પારકા પુનરુદ્ધારની સાફાઈ ચાબાઈને ધિક્કારું છું. મારી છોકરી એ છંદે ચડી છે. પણ તે મારી મરજી વિરુદ્ધ છે."

"તમે શું કરો છો?"

"ક્યુમાં મારો પોતાનો મોટો ધંધો છે."

ત્યાં તો ટ્રેન યાર્ડમાં આવી પહોંચી. માણસો એને ચોંટી પડ્યાં. ત્રણેય વર્ગમાં ઊભવાની જગ્યા નહોતી. અને સંજોગો એવા હતા કે આ પછી બીજી ટ્રેન દોડતી હશે કે નહીં તે કહેવું કઠીન હતું.

ગોરો મિલિટરીનો મોટો કૉન્ટ્રાક્ટર હતો. એને માટે લશ્કરી ડબ્બામાં જગ્યા થઈ. એ શરમાતો શરમાતો ડૉ. નૌતમ પાસે આવ્યો ને તેમને પોતાની સાથે આવી જવા વિનંતિ કરી.

"મારા સાથીદાર પણ છે, તમને બહુ બોજો થશે."

"કાંઇ નહીં, એ ક્યાં છે?"

"આ રહ્યા!...ઓ બાપ! એ તો બીજાં ત્રણને લાવે છે. હવે આપ અમારી પંચાતમાં ન પડો."

"કાંઈ ફિકર નહીં, હું બધાં જ સારું જગ્યા કરી શકીશ, ચાલો." ગોરાએ પોતાની તરફથી આ ગુજરાતીને પહોંચેલ નુકસાનીનું વટક વાળવાનો નિશ્ચય કર્યો હતો.

રતુભાઈની સાથે શિવશંકરનું કુટુંબ હતું. ડૉ. નૌતમ રતુભાઈ દ્વારા શિવને ઓળખતા, પણ એની પત્ની જોડે પહેલો જ મેળાપ હતો. એની બહેન શારદુ તો હેમકુંવર માટે એક અસાધારણ કૌતુક જેવી બની ગઈ. ચટચટ સુવાવડ વિશે વાતો કરવા લાગી પડી. હેમકુંવરને મોટું આશ્વાસન મળ્યું. પીમના પાછા પહોંચ્યા ત્યારે ત્યાં સ્ટેશન નહોતું. કાટમાળનો કડૂસલો જ હતો.

શું થયું હતું?

પા કલાક પર રંગૂનથી એક સ્પેશિયલ માંડલે ગઈ. તેમાં હતા બર્માના ગવર્નર અને ચિનાઈ સેનાપતિ ચ્યાંગ-કૈ-શેક. બેઉ માંડલે જતા હતા. એમને આંહીંથી નીકળી ગયે પાંચ જ મિનિટ વીતી. બીજી ઉતારૂ ટ્રેન આવી ઊભી રહી, એના પર બૉમ્બ વરસ્યા. પાંચ જ મિનિટની ગણતરી-ભૂલ જાપાન કરી બેઠું હતું.

"ત્યારે તો આપણાં તકદીર પાધરાં. દસ જ મિનિટ મોડા પહોંચ્યા. નહીંતર ઊડી જાત."

બપોરે એક વાગ્યે ખબર આવ્યા. માંડલેનો કિલ્લો સાફ! અંદર સભા ભરી બેઠેલા અફસરો ઊડી ગયા.

ચ્યાંગ-કૈ-શેક?

હા, ગયો જ હતો એ અફસર-સભા સાથે મંત્રણા કરવા, પણ ઇષ્ટદેવ પાધરા હતા. કિલ્લો ફૂંકાતાં પહેલાં પાંચ જ મિનિટે એની મોટર એને લઈને ત્યાંથી ચાલી નીકળી હતી.

પીમનાના ભૂકા થતા હતા ત્યારે હેમકુંવરબહેનને પ્રસૂતિની ઊની વેણ્ય ઊપડી ચૂકી હતી.

ફકત એક થાંભલાને ટેકે એમના ઘરનો એક જ ઓરડો ટકી રહ્યો હતો, બાકીના મકાનના છૂંદા બોલ્યા હતા.

બળતા નિભાડામાં માંજારીનાં બાળવાળું માટલું સલામત રહી ગયું હતું એમ જૂની વાતો કહે છે. ખળભળતા ને જમીનદોસ્ત બનતા એ મકાનની વચ્ચોવચ્ચ એક ખંડ આબાદ રહ્યો, ને તેની અંદર હેમકુંવરને પુત્રી પ્રસવી.

નાળચું વધેરવાથી અને પેટે પાટો બાંધવાથી વધુ વખત નહોતો.

...

"બાકીનું પીમના બાળી ભસ્મ કરવું છે, શત્રુઓને હાથ કોઈ સરંજામ જવા દેવો નથી." ભસ્મીભૂત ધરાની લશ્કરી સૂચના છૂટી.

ધીકતી ધરા તો રશિયા કરતું હતું. એમ તો રશિયા અદ્‌ભૂત મરણિયાપણાથી શત્રુઓનો સામનો પણ કરતું હતું.

રશિયાનાં એ બે કામોમાંથી બર્માની બ્રિટિશ સરકારે એકને જ અનુસરવું પસંદ કર્યું.

ધીકતી ધરા !

"શહેર ખાલી કરી જાવ. અમારે ધીકતી ધરા કરવી છે."

અરધા વાસાની છોકરી અને તાજી પ્રસૂતા સ્ત્રીને લઈ નૌતમે શહેર છોડ્યું. તેમને નીમ્યાવાળા ગામડા સુધી લઈ જવાને સારુ રતુભાઈની મોટર પણ નહોતી રહી. સરકારી ઉપયોગ માટે એ તો રતુભાઈની ગેરહાજરીમાં જ ઊપડી ગઈ હતી.

પારકું સાધન સો ગણા મૂલે મેળવીને બન્ને કુટુંબો સાથે રતુભાઈ નીમ્યાને ગામડે ઊપડ્યો.

રસ્તે જ્યાં જુઓ ત્યાં ધા ઊછળતી હતી. સાઠ વર્ષો સુધી ચાલેલા પોતાના રાષ્ટ્રના શોષણનું વેર વસૂલ કરવા બરમાઓ બહાર નીકળી પડ્યા હતા.

પણ આ ખટારાની મોખરે તો એક બર્મી નારી બેઠી હતી. રતુભાઈના ને શિવશંકરના લેબાસ પણ ઘાંઉબાંઉ, લૂંગી ને કોટના બનેલા હતા.

મોખરે બેઠેલી મા-હ્લાના હાથમાં ધા હતી.

નારીના હાથની ધા તો નરના હાથની ધાને ધ્રૂજાવતી જ આવી છે. કંઈ યુગો એ કથની કહેતા આવ્યા છે. મા-હ્લાનો મોરો વાટપાડુઓને માટે વસમો બન્યો. નીમ્યાને ઘેર પહોંચી ગયાં.

ત્રીજી રાત્રિએ રતુભાઈ, ડૉ. નૌતમ, શિવશંકર, નીમ્યા અને મા-હ્લા મંત્રણા કરવા બેઠાં. શારદુ સૂતી હતી. એને દેહ ધગશ ચડી ગઈ હતી. હેમકુંવરબહેનને નીમ્યા વારંવાર જઈ શેક આપતી હતી.

"નૌતમભાઈ!" રતુભાઈએ કહ્યું, "રંગૂનનો માર્ગ બંધ થઈ ગયો. આસામના પહાડોનો માર્ગ જ હાથમાં છે. માંડલે હજુ ઘેરાયું નથી. ત્યાં જ તમે નીકળી જાઓ. ને શિવ તું?"

"હું! હું શા માટે કોઈ વિચાર જ કરું? આને હિંદ જવું હોય તો ભલે જતી." શિવે રમૂજથી પત્ની તરફ આંગળી ચીંધી.

"મારે શા માટે જવું પડે? હું તો ખનાન-ટોથી જ નીકળવા નહોતી માગતી." મા-હ્લાએ જવાબ વાળ્યો.

"હું તો હિંદમાં ડગલું પણ દેવાનો નથી."

"પણ જાપાન આવે છે. અંગ્રેજ ભાગે છે. નજરે નિહાળો છો ને?"

"તો શું છે?"

"નવા આવશે તે ભૂખ્યા દીપડા હશે."

"અકો!" નીમ્યાએ આવીને રતુભાઈને કહ્યું, "તમારે તો જવું જ પડશે." ડૉ. નૌતમે પણ યાદ આપ્યું :

"હા રતુભાઈ! તમારી ભત્રીજીનું નહીંતર શું થશે!"

રતુભાઈએ ડૉ. નૌતમને ઇશારે ચૂપ કર્યા. એ ઇશારતને જોઈ ગયેલી નીમ્યાએ પુછ્યું, "શું છે?"

મહામહેનતે ભત્રીજી તારાના પત્રની આખી વાત બહાર આવી.

"તો તો જાઓ જ." નીમ્યા આજ્ઞા કરતી હોય તેમ બોલી.

"તમને મૂકીને જવાની છાતી નથી."

"કહું છું કે જાઓ. અમારી ચિંતા છોડો. અમારી તો આ ભૂમિ છે. અમારી તો જે આવશે તેને જરૂર પડશે. તમને પરદેશીઓને નવા આવનાર નહીં સહી લ્યે. નીકળવા તો નહીં પામો, ને વધુમાં ક્યાંક કેદ પકડાઈ જશો. કાં નવા ને કાં જૂના તમને જાસૂસી માટે ઉડાડી દેશે. જાઓ, જલદી જાઓ."

"તું તો મા-નીમ્યા, મને કેટલો નપાવટ ધારે છે!"

"નપાવટ નહી, પણ કાંઈ વિચાર તો કરો! આ ડૉક્ટર બાબુ એકલા બે બાળકો અને સુવાવડી સ્ત્રીને લઈને હિંદ કેમ પહોંચશે? તમે હેમકુંવરને ખાતર જાઓ."

"વારુ, જાઉં છું. ને તું શિવ? તેં તો નિશ્ચય જ કર્યો છે ને ?"

"હા-જી." ને એણે લલકાર્યું:

યહ ભી દેખા

વહ ભી દેખ લે!

"શિવ! તું નીમ્યાની સંભાળ રાખીશ ને?"

બોલતાં બોલતાં રતુભાઈ બીજી બાજુ જોઈ ગયો.

"આંહીં તો આવો, ડૉક્ટર!" નીમ્યા દોડતી તેડવા આવી. શિવશંકરની બહેન શારદુના શરીરમાં મહાઉત્પાત મચ્યો હતો.

ડૉક્ટરે જઈને તપાસ્યું. માથું ઢાળી ગયા. બહાર નીકળી શિવને ને રતુભાઈને એકાંતે કહ્યું: "પ્લેગ! સામટી ચાર ગાંઠ! એક સ્ત્રી સુવાવડમાં, ને બીજી પ્લેગમાં!"

"એમ ઢગલો ન થઈ પડો, ડૉક્ટર!" રતુભાઈએ છાતી ખોંખારી: "આપણી એકની જ શું આ વાત છે? આજ તો બર્માને ગામેગામ હિંદીઓના ઘરેઘરમાં આ દશા હશે. પણ આ પ્લેગની જો બહાર કોઈને જાણ થશે ને આપણા બાર વાગી જવાના. પ્લેગવાળાંને ગોળીએ જ દેશે."

"કોઈક બારણે બોલાવે છે." નીમ્યા દોડતી આવી.

"કોણ છે?" સૌ ધ્રૂજ્યાં.

"ગામનો તજી."

તજી એટલે સરકારી મુખી. એ બરમા મુખીએ આવીને નામવાર વિગતો પૂછી ને કહ્યું: "કોઈ ડૉક્ટર છે ને તમારી ટોળીમાં?"

"હા, કેમ?" રતુભાઈએ પૂછ્યું.

"મિલિટરીનો ઑર્ડર છે કે કોઈ ડૉક્ટરે બર્મા છોડવાનું નથી."

"આ રહ્યો હું, ભાઈ! આ મૂઓ હું આંહીં." એમ કહેતો શિવ, રખે ડૉ. નૌતમનો ઉલ્લેખ કોઈ કરી નાખે તે બીકે, એકદમ વચ્ચે કુદાવી પડ્યો: "હું તો ક્યાંય જતો નથી. હું શું હજામ છું, કુંભાર છું, કે મને પીમનામાં રહેતો હોવા છતાં મિલિટરીના આ હુકમની ખબર નહીં હોય? આ તો અહીં સુવાવડનો કેસ છે, તે હું આંહીં વિઝિટે આવ્યો છું. જાઓ, જણાવી દો પીમના કે, ડૉ નૌતમ આંહીં તમારી દેખરેખ તળે જ છે, ને તુરત પીમના પાછા આવે છે; અને જુઓ, તજી ! મારું મોં વગેરે બધું બરાબર જોઈ લેજો, પછી પાછા નથી ઓળખતા એમ ન કહેતા!"

"ના રે બાબુ, ના !" એમ બોલતા તજી આ નવા ડૉ. નૌતમનું ડાચું પણ નિહાળ્યા વગર શરમાઈને ચાલ્યા ગયા.

"બોલો, ભાઈ!" શિવે કહ્યું. "હવે તમે બેઉ છૂટા છો. રાત થોડી છે, વેશ ઝાઝા છે. બોલો, મારી શારદુને આંહી મરતી મૂકવી છે? કે..."

"નહીં, શિવ! એ મારી સાથે...." રતુભાઈએ બાંય ચડાવી.

"સોંપું છું - મરે તો મૂકજો રસ્તામાં. ને જીવે તો હૃદય જે કાંઈ સુઝાડે તે કરજો."

દવા ચાલુ થઈ ગઈ હતી. મોટર ખટારો મેળવી લીધો હતો. રાતોરાત પીમનાથી એક નિરાળા સ્ટેશને પહોંચવું હતું. ત્યાંથી કોઈ પણ ગાડી, કોઈ ગુડ્ઝ ટ્રેન, કોઈ એન્જિન ટ્રોલી, જે કાંઈ તકદીરમાં હશે તે જડી જશે. પણ અહીં તો દિવસ ઊગવા દેવો નથી. ડૉ નૌતમ જો ઓળખાઈ જશે તો રઝળી પડશું.

કાંઉલે ઊંઘી ગયો હતો. નીમ્યાને તો 'અકો'ને વિદાય દેવાની પણ વેળા નહોતી. વહાલાં સ્વજનો જુદાં પડે છે ત્યારે ગદગદિત બની આંસુ સારવાનો પણ અવકાશ જોઈએ છે. આંહીં તો ફાળ ને ફફડાટ, ઉતાવળ અને ઉચાટ હતાં. ઓછામાં પૂરું અંધારી રાત હતી. સામાનના ચાર-પાંચ મુદ્દા સાથે લેવાની ભાંજગડ હતી.

"હવે આ બેઉ જણીઓને ઉપાડી ખટારામાં નાખે કોણ?"

"મને કાંઈ નથી, હું તો ચાલી આવીશ." કહેતાં હેમકુંવર બહેન બાળકને તેડી ચાલ્યાં.

"બહિન કૈસે જાયગી?" બેઠેલી મા-હ્લા પૂછતી હતી. એનો સ્વર જ કહેતો હતો કે એની છાતી વલોવાતી હતી.

શારદુના શરીરને ઉઠાવવાનું કામ કોઈ પહેલવાનનું હતું.

રતુભાઈએ શિવ સામે એક પલભર નજર કરી. ને શિવે કહ્યું: "હમ્! હવે પૂછવાનું શું છે? જુઓ, રતુભાઈ!" શિવ રતુભાઈના કાન પાસે ગયો, "હું તો અત્યારથી કન્યાદાન દઈ દઉં છું. પ્રભુ તમને...."

"બસ થયું, શિવ!"

એમ કહેતેકને અખાડેબાજ રતુભાઈએ શારદુના ભર્યા દેહને પોતાની ભુજાઓ ઉપર લીધો. પોતાની છાતી પર ધારદુની છાતી આવી. પોતાના ખભા પર શારદુનું માથું આવ્યું. જમણા હાથમાં કદળી-પગની પિંડીઓ આવી.

- અને અંતરમાં પ્રાર્થના આવી: "જીવનના દેવ ! જીવનનો એક જ જ્યોતિકણ આપજો."

પ્રભુ સિધાવ્યા

એક પખવાડિયા પછી ટમુ નામના ગામને સીમાડે જે સેંકડો માણસોનો પડાવ પડ્યો હતો તેમના દીદાર વિચિત્ર હતા. પડાવમાંથી કોઈક એક અનિર્વચનીય બદબો બફાતી બફાતી બહાર નીકળતી હતી. હજુયે ગાડાંની કતાર ચાલી આવતી હતી. જેઠ મહિનાની બાફ લાગતાં મકોડાના ધણ ઊમટે તેમ માનવી ઊભરાઈ ચાલ્યાં હતાં. માર્ચ મહિનો હતો.

કાળા કીટોડા જેવા લેબાસમાં બે જણા એક ગાડા પાસે લોથપોથ પડ્યા પડ્યા વાતો કરતા હતા, ત્યાં ગામનાં કંગાલો તેમની પાસે માગતાં ઊભાં:

"તઠે એ... સેલેંયે લફ્યે સીએને પેબા!" (ઓ શેઠજી, બીડી ને ચા હોય તો આપોને!)

"હવે ભૈ, ભલાં થઈને ઝટ પ્યામ ત્વા કરો ને! ટાળો ને અંહીથી!" પેલા બેમાંથી એક બર્મી ગુજરાતીનું ખીચડું બાફ્યું: "મારો સાળો આ તે કાંઈ દેશ છે કાંઈ દેશ! આ બેહાલ દશામાં પણ હજી આપણને ખંખેરવામાં કાંઈ કમીના નથી રાખવી! ઈંગોનથી આંહીં ટમુ લગી છ દિવસને રસ્તે એક પણ ગામડું માગ્યા વગર રહ્યું છે! એક પણ બરમો એમ પૂછવા આવ્યો છે કે બાબુલે, કાંઈ જોઈએ છે? ચાવલ કે દૂધ લાવી આપું? ગાડાં બાંધી આપું? ઊલટાના આપણાં ગાડાં લૂંટ્યાં આપણને પૂછપરછ કરી રંજાડ્યા..."

"હવે એ કાણ્ય મૂકો, અને આમ જુઓ." એના સાથીએ આથમણી દિશાએ અનંત અમાપ એવો ગિરિમાળાનો ગઢ બતાવતા કહ્યું.

"આ શું?" પેલા ભાઈએ પૂછ્યું.

"બસ, આ જ નાંગા પહાડો."

"ઓહો! ત્યારે તો આની પછવાડે જ આપણો હિંદુસ્તાન."

"હં-અં! પછવાડે જ! એટલે કાંઈ વંડી ટપવા જેવી વાત નથી. પાકા છ દિવસનો ચડાવ ઉતાર છે! ને શેઠ ઝટ ઝટ આ નાંગાઓને મજૂર રાખી લઈએ. નહીંતર રઝળશું."

"નાંગા સામે આવ્યાં છે, એમ ને! તયેં તો હાશ! તયેં તો હવે આ ભમરાળી ભૂમિમાંથી છૂટ્યાં! કરી છે ને કાંઈ માથે! ડુંગળી ને ભેંસના દૂધ સિવાય કાંઈ મળે જ નહીં ને! એક એક વીસા દૂધના (૩ ૧/૨ શેરના)બાર બાર આના! અરે તારીજાતનું મિફૂન!"

(મિફૂનો એટલે ભેંસનું દૂધ, મિફૂ : ભેંસ; નો : દૂધ)

"અરે ભાઈ !" સાથીઓએ કહ્યું, "જંગલમાં તો એટલુંયે મળ્યું કહો ને! પણ મોલમીન-રંગૂનની આગબોટમાં તો કહે છે કે મૂઠીમૂઠી ચણા સિવાય કંઈ ખાવાનું છ-છ દિવસ નથી મળ્યું, અને મૂઠીમૂઠી ચણાના મૂઠીમૂઠી રૂપિયા ચૂકવવા પડ્યા છે."

"ઓલ્યા બેઠી યુ.પી વાળા ભૈયા. ઈ તો ઇવડા ઈ જ ને, જેના સાત જણા રસ્તે મરી ગયા?"

"હા, ઈ જ. મરે ઈ તો. અમરપટો કોઈ થોડો લાવ્યું છે!" એમ કહેતો એ માણસ થૂંક્યો.

"ઓ પણે ઓલી મદ્રાસણ બાઈ રુવે. હવે મોં શું વાળી રહી હશે? કૉલેરા ફાટ્યો એમાં કોઈ શું કરે? એનો ધણી મૂઓ ને બીજો શું જીવતો રે'ત!"

"ભાઈ ! આપણાં બૈરાં છોકરાં દેશ ભેળાં થઈ ગયાં એટલે સૂઝે છે આ બધાં લાડ!"

"દેશ છે કાંઈ - કમબખત દેશ!" પેલા ભાઈએ વળી પાછું શરૂ કર્યું : "નોટુંના થોકડા ગાંઠે બાંધી લીધા ન હોત તો રસ્તે પાણી પીવાય આપત? આમ જુઓ આ મૂર્તિયું હાલી આવે. ડાકણ્યું જ લાગે છે કે બીજું કાંઈ?"

બે-ત્રણ બર્મી સ્ત્રીઓ ચારે બાજુ ફરતી ફરતી આવતી હતી ને બધાને કહેતી હતી તેમ આ બે જણને પણ કહ્યું: "બાબુ ત્વામાલા? (બાબુ, દેશ જાઓ છો ને?")

"હા બાપ! ત્વામશું જ ના હવે તો!" એમ કહેતા આ ભાઈ ડોકું ધુણાવતા હતા.

"હાં... આં... બાબુ ત્વામે !(બાબુજી દેશ જશે!) પેલી સ્ત્રીઓ સાદી જ વાત કરતી હતી.

પણ શબ્દોમાં આ ભાઈએ વ્યંગ ઉકેલ્યો:

"ટળિયેં છયેં બાપ! ટળિયેં છયેં. તમારા દેશનો છેલ્લો છેડો આવી રહ્યો હોય તોય હજી કેમ અમારો જીવ ખાવા ફરી છો, માવડિયું! આ ત્વામ્યા, બાપા ! અમે તો હવે આ ત્વામ્યા. પણ ભૂલશો નહીં, બચ્ચાંઓ, કે એક દિવસ અમે પાછા આવશું!"

એમ કહેતાં જ એણે ઊઠવા યત્ન કર્યો ને કહ્યું, "પગ તો સૂઝીને થાંભલા થયા છે. આ ગાડાં ! - એનાં મીંદડાં જેવાં બળદો ! આ ગાડામાં બેસાય જ કઈ રીતે? રાતે તાપણાં કરી કરીને જાગરણ કરવાં આ બધા તખો અને ચભોજીની બીકે, અને દિવસે બસ લાગટ ઝાડીમાં જ ચાલ્યા કરવાનું. છ દિવસની લાગટ ઝાડી! અહોહો ! ઝાડી તે કાંઈ બીડની ઝાડી ! મારગ વગરની ઘનઘોર ઘાટી ઝાડી. અહોહો ! હેં ભાઈ! આ ઝાડી કાંઈ નજરમાં બેસે છે? એકેય વાર કપાણી નથી લાગતી. આમાંથી લાકડું નીકળે તેનો સુમાર જ ન રહે. નરદમ સોનાનું જ ટિંબર છે હો ! કોઈક દી પાછા વળીએ તો આ બીડ ભૂલવા જેવું નથી.

"પણ આપણા સમાનનું એક ગાડું કેમ હજુ આવ્યું નહીં!" બીજો ઊંચી ડોકે ઉગમણી દિશાએ સઘન જંગલ તરફ જોતો હતો.

"આવી રયું, બાપ! દેશ છે ને કાંઈ ભાઠોડ! માણસાઇ તો પાતાળે ઊતરી ગઈ છે."

*

પડાવના બીજા એક ભાગમાં ડૉ. નૌતમ, રતુભાઈ, બે સ્ત્રીઓ અને બાળકોનો કાફલો બેઠો હતો. ચાર જણાએ ઉપાડી લાવેલી ડોળીમાં શારદુ સૂતી હતી.

કોઈ દેખી ન જાય તેમ ડૉ. નૌતમ એનું શરીર તપાસીને રતુભાઈ ને કહેતા હતા: "બચી જાય તો નવાઈ નહીં."

"પણ હજુ આ બીજા છ દિવસ..."

"પહાડી હવા મદદ પણ કરે. પણ વરસાદ તોળાઈ રહ્યો છે તેની બીક છે... આ જુઓ પેલો ગોરો મારી સામે જોઈ રહ્યો છે. ક્યાંઈક ઓળખી પાડશે તો આંહીંથી હજુ મને પાછો ધકેલશે. ઓ મારા બાપ! એ તો પાસે આવતો લાગે છે. લશ્કરી સી.આઈ.ડી. તો નહીં હોય? આવ્યો આ તો ! નક્કી કોઈક..."

ત્યાં તો પેલા ગોરાએ દૂરથી લલકાર કર્યો : "હલ્લો!"

"હલ્લો ! અહોહો ! તમે આંહી? અહીં કેમ ?" ડૉ. નૌતમ પેલા ફ્યુવાળા અંગ્રેજને પિછાન્યો ત્યારે એનો શ્વાસ હેઠો બેઠો.

"અહીં જ હોઉં ને?"

"ક્યાં જાઓ છો?" "બીજે ક્યાં વળી? ઑલ રૉડ્ઝ લીડ ટુ ઇન્ડિયા (બધા માર્ગો હિંદ જ લઈ જાય છે.)

"એકલા છો?"

"ના, મારાં બે છોકરાં પણ છે ને!"

"પણ તમે તો ખાસ યુરોપિયનોને રસ્તે જઈ શક્યા હોત!'

"હા, ને તે રસ્તે મને હાથી વગેરે વાહન પણ મળત. પરંતુ મને થયું કે જે રસ્તે હિંદીઓ જાય તે જ રસ્તે મારે જવું. તેમાં વળી તમે ભેટ્યા. તમે કયા માર્ગે આવ્યા?"

"પીમનાથી ગુડ્ઝ ટ્રેનમાં માંડલા, માંડલાથી લૉંચમાં મીમું, મીમુંથી ખટારામાં મનીલા, મનીલાથી મોટી લૉંચમાં કલેવા, કલેવાથી ઇંગોન હોડકામાં, ને ઇંગોનથી આંહીં ગાડારસ્તે."

"કેટલું ટૂંકામાં કહી નાખ્યું?" ગોરો શ્વાસ લઈ ગયો.

"દુ:ખનાં લાંબાં બયાન શા માટે?" નૌતમનો સ્વર ક્ષીણ પડ્યો.

"તમારે હોડીઓ ખેંચવી પડેલી?"

"હા જ તો. કાંઠે કાંઠે ધગધગતી રેતીમાં ચાલીને દોરડાં ખેંચવાં પડેલાં."

"અમારી લૉંચમાં ગોરાં જ હતાં. જગ્યા હતી છતાં દેશીઓને બેસવા ન દીધાં. લૉંચવાળાઓ હતા હિંદીઓ. તેમની ખોપરી તપી ગઈ. તે વખતે તો ન બોલ્યા, પણ પછી રસ્તે લૉંચમાં ભાર વધુ પડતો છે એમ કહી અમારી સ્ત્રીઓને ઉતરીને ચાલવા ફરજ પાડેલી. તેમાંથી કેટલીય મરી ગઈ."

"ગોરી સ્ત્રીઓ?" ડૉ. નૌતમ ચકિત થયો.

"હા. તમારાં પત્નીને હવે કેમ છે?"

"આ રહ્યાં." ડૉ, નૌતમે પત્ની બતાવી, "હવે એ એકલી નથી."

"શું કહો છો! પ્રસવ થઈ ગયો ! આજે કેટલામો દહાડો?"

"અઢારમો. ત્રીજે વાસે જ અમે નીકળ્યાં."

"ને બન્ને જીવે છે!" "અલાઈવ ઍન્ડ કીકીંગ!" (લહેરથી જીવે છે.)

"અદ્‌ભૂત!"

"મુસીબત અને મર્દાઈ, બેઉ જોડે ચાલે છે. આ બીજાં બાઈ. એને પ્લેગ હતો. એને અમે બેભાન સ્થિતિમાં ઉઠાવેલ. લૉંચમાં ભંડકિયાને તળિયે છુપાવીને લાવ્યા."

આમ વાતો કરે છે ત્યાં તો -

"અરે ઓ, ડૉક્ટર! પહોંચ્યા છોને શું?" એવા બરાડા પાડતા પેલા બેઉ મેલા કપડાંવાળા સાથીઓ આવી પહોંચ્યા: "ભલા આદમી! બોલતાય નથી?"

ગોરો વિનયથી દૂર ચાલ્યો ગયો.

"ઓહોહો! શામજી શેઠ, શાંતિભાઈ શેઠ! માંડ માંડ ઓળખાયા. હવે મહેરબાની કરીને મને ડૉક્ટર કહી બોલાવતા નહીં, નીકર હું જાહેર કરી આપીશ કે તમે બધા માલદાર છો; તો હમણાં આ ગોરો તમને પાછા ઉપાડશે. લશ્કરવાળો છે, હમણાં જ તમારાં નામ પૂછતો હતો."

"ઠે...ક! ચાલો હવે! આ તે કોઈ દેશ છે, ભાઈ! આ દેશ તો કોઈ જાલિમનો નીકળ્યો, હો ડૉક્ટર! આ દેશનાં માણસો મલકનાં ઉતાર. આ તમે બહુ વખાણતા, તો જોઈ લ્યો આ સંસક્રતીને. મારા બેટા, ગામેગામ કહેતા આવે છે કે, "બાબુ ત્વામલા, બાબુ ત્વામલા! મારા બેટા, જેટલા બહાર એટલા બીજા ભોંમાં! નરાતાર જાપાનને મળી ગયેલા, ને મીંઢા તે કાંઈ મીંઢા! જાપાનને દોરીને લઈ આવ્યા!"

"મુદ્દાની વાત કરોને શામજી શેઠ," નૌતમે કહ્યું, "આપનું નાણું તો બધું દેશ ભેગું થઈ ગયું છે ના?"

"ઈ તો થાય જ ના! નેળ્યનાં ગાડાં નેળ્યમાં થોડાં રહે છે! આ તો હું પ્રસ્તાપી પેટછૂટી વાત કરું છું, કે આ પંદર દા'ડામાં આ દેશનાં લોકોએ અમને જે અનુભવ કરાવ્યો છે તેની કાંઈ વાત કરી જાય તેમ નથી. સાહેબ! વગર પૈસે તો વઢાણી ઉપર મૂતરવાય તૈયાર નહોતા. લાવો પૈસા! ટભ્યા પેબા! નપ્યા પેબા! પેબા પેબા ને પેબા વિના બીજું રટણ નહીં. અને રાતે બસ ધા લઈને આવે ધમરોળવા."

"આપણેય, શેઠ! ટબ્યા નપ્યા (પૈસા રૂપિયા) વગર આ લોકોની કઈ વઢાણી પર મૂતર્યા છીએ? યાદ તો કરો."

"હવે તમે પાછા, ભાઈસા'બ! બળતામાં ઘી હોમો છો, હો ડૉક્ટર! છેલ્લી ઘડીએ આ ભમરાળો દેશ છોડતાંય તમારાં મહેણાં મટ્યાં નહીં!"

"ત્યારે પછી હવે એનો દેશ છોડતી વેળા છેલ્લી ઘડીએ એનાં જ વગોણાં કરશું!"

"ખાસું. ચાલો, કાનની બૂટ પકડી. હવે, આ શું તમારો કાફલો? આ છોકરું..."

"દેવનાં દીધેલ."

"અરે રંગ! જાતાં જાતાંય આ દેશનો પાણીફેર વસૂલ કરતા જાઓ છો ને શું? ત્યારે તો પછે આ દેશનું વાંકું શેના બોલો, મારા ભાઈ! તમારું કામ તો બેવડે દોરે છે."

"પણ શાંતિભાઈ શેઠ!"નૌતમે કહ્યું, "તમે કેમ ચૂપ છો?"

"સહજ જ. અમારું એક ગાડું નથી આવ્યું."

"હવે છોડોને ગાડાવાળી, શેઠ!" શામજી શેઠ ખીલ્યા હતા. "હવે તો સુગલ ઉડાવો; જીવતા આવ્યા તેનો આનંદ માણો. તમારી છાતી પર તો ગાડું જ ચડી ગયું છે. ગાડામાં હતું શું! જાવા દ્યો ને જહાનમમાં. સમજો ને કે ગાડેથી જ પત્યું. નજરોનજર નથી જોયું? -કૉલેરામાં ટપોટપ માણસો પડતાં'તાં, મા સગા દીકરાને ડચકાં ખાતો મૂકીને ચાલી નીકળી'તી. ને આપણાં ગાડાં મુડદાંને માથે થઈને ચાલતાં હતાં."

"આપણે જરાક છેટા જઈએ." ડૉ. નૌતમને પત્ની તેમ જ શારદુનાં નબળાં મગજ પર ભયાનક છાપ પડવાની બીક લાગી.

"મારું તો ભાઈ, એવું કે મને ઈ બધાં મડદાંફડદાં દેખી ચીતરી ન ચડે. કંઈક જોઈ નાખ્યાં. આ શાંતિભાઈ શેઠ કાંઈક સુગાળવા ખરા ! જ્યાં એવું આવતું ત્યાં ઊંધું જ ચાલી જતા. હું તો ગાડાના પૈડાં હેટળ મડદાં ચેપાતાં જોઉં તોયે..." ડૉ. નૌતમે પણ આવી વાતોથી મોં ફેરવી લીધું હતું. દૂરથી રતુભાઈ એક ડોળી અને ચાર ઉઠાવનારાઓ લઈને આવતા હતા. એ નજીક આવતાં શામજી શેઠની નજરમાં ઓળખાઈ ગયા ને પોતે ગંભીર બનીને બોલ્યા: "ઓહો! આ ભાઈ પણ તમારી ભેગા છે ને શું! ઠીક ત્યારે લ્યો, ડૉક્ટર! હવે તો આપણે વળી ક્યાંક આગળ ભેટી જશું. અમારે તો ગાડાની વાટ જોવી પડશે."

એમ કહીને એણે ને શાંતિદાસ શેઠે ચાલતી પકડી. રતુભાઈનો તેમને ખરેખર ભય લાગ્યો. ગોરા સાહેબ પોતાનો સામાન નાંગા લંગોટીદારોના શિર પર ઉપડાવીને ડૉ. નૌતમના પડાવ પર હાજર થયા. જોડે બે બાળકો હતાં તેને હેમકુંવરબહેને હેત કરી પોતાની પાસે બોલાવ્યાં, કાજુ વગેરે સૂકો મેવો આપ્યો. ગોરી કન્યા હેમકુંવરબહેનની નવી બાલિકાને તેડવા પણ લાગી. તેમનો બધો પડાવ એક રાત્રિ માટે સાથે થઈ ગયો.

પરોઢિયે તેમનું પહાડ-પરિયાણ શરૂ થયું. પગપાળાં બધાં પહાડ ચડવા લાગ્યાં. ડૉ. નૌતમે નાની છોકરીને લીધી. બાબલો ચારેક વર્ષનો ચાલવા લાગ્યો. એ દૃશ્ય દયામણું હતું. એને ગોરા સાહેબે પોતાને ખંધોલે ચડાવી લીધો. સુવાવડાં હેમકુંવરબહેન પગ ઠેરવતાં ચાલ્યા. શારદુની ડોળી અને રતુભાઈ આગળ નીકળી ગયાં હતાં.

અરુણોદય થતો હતો ત્યારે ડોળીવાળાઓના પહેલા વિસામે રતુભાઈએ ઊભા રહી, પહાડ પરથી પાછળ રહી જતા મુલક પર મીટ માંડી. બ્રહ્મદેશનું છેલ્લું દ્વાર છૂટતું હતું.

શતમુખી મા ઇરાવદીના કનકમય ફાંટા સુવર્ણના લિસોટા જેવા જાણે હજુ દૂર દૂર દેખાતા હતા. ફયાનાં ઊંચાં શિખરો ચમકતાં હતાં. બુદ્ધની વામણી અને વિરાટ પ્રતિમાઓ, બેઠેલી અને સૂતેલી દેવમૂર્તિઓ, હજુ નયનોમાં રમતી હતી.

એ એંજી, લુંગી અને અંબોડામાં પુષ્પો મઢતી નારીઓ ફરી દેખાવાની નહોતી. નીમ્યા અને મા-હ્લાની મધુર વાણી અને સોનાંકાકીનાં શરીરને સદાસર્વદા મહેકાવતો તનાખા-લેપ, કાન અને નાકને હજુ ભરતાં હતાં.

એ સર્વ ગયું શું? સ્વપ્નમાં જ જોવું રહ્યું શું? વિશ્વસંગ્રામ વિરમે તે પછી પણ બ્રહ્મદેશમાં જવાનું કોણ જાણે ક્યારે થશે?

મીઠાંબોલાં માનવીઓ સાંભર્યાં ને અંતર વલોવાઈ ગયું.

નીમ્યાનો કાંઉલે મને શોધતો હશે!

દડ-દડ-દડ આંખો વહેવા લાગી. આંસુનાં ટીપાં પર સૂર્યકિરણો પડ્યાં.

હે દિવાકર દેવ! તમે તાજા જ કાંઈ સમાચાર લાવો છો બ્રહ્મદેશના! આગનાં પ્રલયપૂર ક્યાં સુધી પહોંચ્યાં? એ સંહારનાં સ્ત્રોતમાં નીમ્યા, કાંઉલે ને મા-હ્લા સલામત છે?

તેમનાં શરીરોને તો ઘરના કે પરના લૂંટારા સ્પર્શ્યા નથી ને?

અતિસ્નેહ પાપાશંકી બન્યો. આશંકાના ઓઘ ઊછળ્યા. કંઈક થયું હશે તો! નીમ્યાના દેહ પર જાલિમોનાં હળ ચાલ્યાં હશે તો? તો હું શું મોઢું લઈને ઘેર જીવતો રહીશ?

મા-હ્લા શું કરતી હશે? શારદુને વળાવતી એની આંખો મેં રાત્રિએ જોઈ હતી. એણે મારી સામે માત્ર મીટ જ માંડીને કહેવાનું કહી નાખ્યું હતુ. આટલી વહાલી નણંદને વળાવીને મા-હ્લા ઊભી થઈ રહી; હવે કોઈ દિન કાગળ, તાર સંદેશો કાંઈ કરતાં કાંઈ જ નહીં આવે-જાય!

જાણે પાતાળમાં પુરાઈ ગયાં. ઉપર ભમ્મરિયાં પાણી ફરી વળ્યાં. બડબડિયાં બોલી બંધ પડ્યાં. ત્યાંવાળાં ત્યાં-આંહીંવાળાં આંહીં! શારદુની ડોળી તરફ પીઠ વાળીને જ એ ઊભો હતો.

શુદ્ધ બ્રહ્મદેશી અદાથી રતુભાઈ ઘૂંટણિયે પડ્યો. ને એણે માથું ઢાળી છેક ધરતીને કપાળ અડકાડ્યું. એણે પુકાર્યું:

"મને સાત વર્ષ સંઘરનારી, હે વસુંધરા! હે અન્નપૂર્ણા! વિચાર માત્રથી પણ મેં તારા અવગુણ જોયા હોય, તો માનજે કે પેટના બાળકે ખોળો બગાડ્યો છે. "હે પાલક ભૂમિ! મારાં અનેક ભાંડુઓએ છેલ્લાં સાઠ વર્ષમાં તારી કુસેવા કરી હશે. એમને ક્ષમા દેજે. એ શું કરે બાપડાં? અમારી અંબા જ જર્જરિત, લૂંટાયેલી અને ધાન્યહીન છે; એટલે અમે આવ્યા તારે દ્વારે, ભૂખનાં વડકાં ભરતાં. અમે આવ્યા, અભણ અને અણસંસ્કારી સ્થિતિમાં. આવવું કેમ, પરને આંગણે રહેવું ને વર્તવું કેમ, એની અમને ગતાગમ નહોતી; ક્ષમા દેજે.

"તને વગોવી હશે, વગર સમજ્યે. ક્ષમા દેજે."

"કોઈક દિવસ આવશે મારાં દેશવાસીઓ - તું આગળ તારાં થઈને.

"કોઈક દિવસ તું પોતે જ બની જશે અમારી માતૃતનયા. આજે તો તને ઇરાદાપૂર્વક ઉચ્છેદી છે."

ફરી ફરી વંદનો કરીને એ ઊઠ્યો. આગળ ચાલ્યો. ડોળીમાં પડેલી શારદુએ ક્ષીણ નેત્રે રતુભાઈનું રડેલું મોં નિહાળ્યું. ક્ષીણ સ્વરે એણે પૂછ્યું: "મારાં ભાભી કાંઇ બોલ્યાં'તાં?"

"બધું જ કહીશ." રતુભાઈના એ મીઠા જવાબે શારદુની છાતી છલાવી.

શારદુની પથારી પાસે જ પંદર દિવસ ને પંદર રાત ગાળનાર રતુભાઈ શારદુને મન અજાણ્યો નહોતો રહ્યો. દેશમાં જશું એટલે કોઈક નવી જ જીવન-દુનિયા ઊઘડવાનાં સ્વપ્નોમાં એ મસ્ત રહેતી હતી.

પગપાળો કાફલો આવી પહોંચ્યો. તેમણે રતુભાઈને ઘૂંટણિયે પડતો જોયો હતો. તેમણે પણ ઊભા રહીને છેલ્લી દૃષ્ટિ બ્રહ્મદેશ તરફ નાખી લીધી.

"ચાલો, આપણે પણ પ્રાર્થના કરીએ, બચ્ચાં." કહીને ગોરા પિતાએ પોતાનાં બેઉ બાળકોને બ્રહ્મદેશ તરફ ઘૂંટણિયે ઝુકાવ્યાં. ડૉ. નૌતમ પણ પોતાની હૅટ બગલમાં દબાવી પૂર્વ ભણી ઊભા રહ્યા.

સાંજ પડતાં કાફલો એક પહાડ ચડીને પાછળ એની ખીણમાં ઊતરી ગયો. બ્રહ્મદેશ આડો પરિપૂર્ણ પડદો પડી ગયો. પહાડો પછી પહાડો ઊભા હતા. પહાડોનો કોઈ પાર નહોતો. ગામડું નહોતું. જળાશય નહોતું. ઝૂંપડીયે નહોતી. પહાડોને પેટાળે પેટાળે સરકારે કરેલી નવી પગદંડી પર થઈને હિંદીવાનોનુ કીડિયારું ચાલ્યું જતું હતું. એ પગદંડીની કિનારી નીછે હજારો ફૂટ ઊંડી કંદરાઓ હતી. સાહેબનો સાત વર્ષનો બાળક ચિંતાનું કારણ હતો. જરીક પગલું ચૂકે તો ગત્તાગોળમાં જાય તેવો વિકટ માર્ગ હતો. રસ્તે જે પાસે હોય તે જ ખાવાનું હતું. ટોચેથી છેક નીચે ખીણ સુધી ઊતરીને નાળામાંથી મળે તે પાણી પીવાનું હતું.

ચડ ને ઊતર - ચડ ને ઊતર - પહાડની અનંત અટવી ઓળંગી જવાનો અન્ય કોઈ ઈલાજ નહોતો. નહોતું ખચ્ચર કે ગધેડું, બકરું પણ નહોતું.

હતા કેવળ લંગોટિયા કાળા નાંગા મજૂરો - ને હિજરતી હિંદીઓ.

પહેલા દિવસની રાત એક ડહોળી નદીના પટમાં ગાળવી પડી. પડાવે ત્યાં રાંધ્યું ચીંધ્યું ને ખાઈ કરી રાતભર ચોકી રાખી.

વળતા દિવસના વહેલી પરોઢના સાડા ત્રણ વાગ્યે પડાવ ઊપડ્યો. બપોર સુધી ચાલ્યો. સાંજે અનરાધાર મે ત્રાટક્યો. સુવાવડી હેમકુંવરબહેન - ને એના જેવી તો કંઈક, પલળતી પલળતી પ્રભુને ભરોસે આગળ ચાલી.

ત્રીજે દિવસે ગોરા સાહેબનો સાત વર્ષનો દીકરો, આગલા દિવસના મેઘમાં પલળીને આખી રાત એ જ વસ્ત્રભર ફૂંકાતા પવનમાં સૂતેલો એટલે, સહેજ અસ્વસ્થ બન્યો. બે દિવસમાં

ચુમ્માલીસ માઈલનો પંથ કર્યા પછી ત્રીજા રોજના બાવીસ માઈલ એને માટે વસમા બન્યા. એની ચાલ ધીમી પડી; પિતા-પુત્ર પાછળ રહ્યા.

સાંજે ત્રીજા પડાવ પર પહોંચીને સૌ રાહ જોતાં હતા. છેવટે તેમણે સાહેબને ખંધોલા પર કેવળ એકલા બાબલાને જ ઉપાડીને આવતો દીઠો.

નાની છોકરીને રમાડતી ગોરી કુમારિકા તો આ કાળા કાફલામાં એકરસ બની ગઈ હતી. બાહ્ય પરિસ્થિતિએ કાળા-ગોરા અને ઊંચ-નીચનો ભેદ નામમાત્ર પણ નહોતો રહેવા દીધો, એટલે બાકી રહી હતી શુદ્ધ માનવતા. ગોરી કન્યાએ પણ પંદર દિવસથી કપડાં બદલ્યાં નહોતાં. સ્નાન પામી નહોતી. અરે, આલુ બાફવા સિવાય બીજું કાંઈ એને આવડતું નહીં, એટલે ખોરાક તો એને રતુભાઈ પકાવી દેતા.

સાહેબ આવીને પહેલાં તો નિરાંતે બેઠા. પછી એણે મોં લૂછ્યું. કન્યાએ પૂછ્યું, "ડેડી ! રૉબી ક્યાં ?"

"પ્રભુને ત્યાં." ગોરાએ ઊંચે આંખો કરી.

કન્યા આભી બની, આંખો ફાડી બાપ સામે જોઈ રહી. બાપે કહ્યું: "ડાર્લિંગ ! રોબીને તો સદા માટે પાછળ મૂક્યો."

પછી તો ભાઈની બહેનનું છાતીફાટ કલ્પાંત એ પડાવમાં રેલાયું. માવિહોણાં બે બચ્ચાં હતાં. એમાંથી એક જાણે કે અટવીમાં ભૂલું પડી ગયું ને ગાયબ બન્યું.

"રડ ના, બેટા !" બાપે કહ્યું, "આ સુવાવડી લેડી દુભાશે."

રતુભાઈ, ડૉ. નૌતમ વગેરે સૌ દોડ્યા આવ્યા. પૂછવા લાગ્યા, "રૉબીને શું થયું?"

"કાલથી જ ન્યુમોનિયા હતો. રસ્તે ન્યુમોનિયા વધ્યો. ઓઢાડવા-પાથરવાને કાંઈ નહોતું. મેં બીજે ખંધોલે એને ઊચકીને તેડ્યો. માથે મે તો વરસતો જ હતો. રસ્તે જ રૉબી ખતમ થયો."

"પછી?"

"પછી શું? એક બાજુ મુડદું મૂકી દઈને હું ચાલ્યો."

"કાલે અસર હતી તો મને કેમ ન કહ્યું ?"

"કહીને શું કરું ? તમે થોડા જ ડૉક્ટર છો ?"

ડૉ. નૌતમ લેવાઈ ગયા. એણે જ પોતાની જાત છુપાવી રાખી હતી. એણે કહ્યું: "મિત્ર ! હું હીનભાગી ખરેખર ડૉક્ટર જ છું. પણ મારે છુપાઈને નીકળી જવું પડ્યું છે. રૉબીની આવરદા

તો ઈશ્વરાધીન વાત હતી. પણ હું ડૉક્ટર છતાં મારી ફરજ ન બજાવી શક્યો. ધિક્ છે મને." "તમે શું કરો, મિત્ર ! મારા જેવા ગોરા પર તમને એટલો બધો ઇતબાર તે ક્યાંથી આવે કે સાચી ઓળખાણ આપો !"

ગોરાનું આવું મૃત્યુ, અને આવી એના મૃત્યુની દશા, એ પરાધીન હિંદીઓને પહેલી જ વાર સાંભળવા મળી.

નાંગા પહાડોના નિર્જન ખોળામાં માનવી માનવી વચ્ચેનો આ નિહાળવા મળેલો અભેદ કલ્યાણકર હતો, પણ અતિ કષ્ટકારી હતો.

હેમકુંવરબહેને રૉબીની બહેનને ગોદમાં લઈને આખી રાત આશ્વાસ્યે રાખી. ગોરો પિતા તો નાંગાના નિશ્ચલ શિખર જેવો બેસી રહ્યો. એણે ડો. નૌતમને ને રતુભાઈને કહ્યું: "યુરોપનું અક્કેક ઘર આજે જે અનુભવી રહ્યું છે, એના પ્રમાણમાં મારા રૉબીનું અવસાન શી વિસાતમાં છે ! અરે, એટલે દૂર કાં જવું ? ઓ જુઓ પેલી પંજાબણ રડે ! એના પતિ અને પુત્ર, બેઉને મેં રસ્તે ડચકાં ખાતા પડેલા દીઠા; અને એમને છેલ્લું પાણી પણ આપી શક્યા વગર એ બાઈને પોતાને સંગાથ સાથે ચાલી નીકળવું પડ્યું છે."

રાતમાં ડૉ. નૌતમે કહ્યું: "સાહેબ, તમારી ને બહેનની મનોવ્યથાને કંઈક વિરામ મળે તેટલા સારુ આપણે આજ આંહીં જ રોકાઈ જઈએ."

"એકને ગુમાવ્યો છે, હવે આપણા પડાવમાંથી આ બીજા બાળકને પણ ગુમાવવો હોય તો રોકાઈએ," સાહેબે ડૉ, નૌતમના બાબલાને શિરે હાથ મૂકીને કહ્યું, "ચાલો, ચાલો, રોકાવાનું હોય જ નહીં. આ તો સંગ્રામ છે; વિધાતા સામેનો."

ઠંડી તાકાતના એ નમૂના પ્રત્યે, કાફલાવાળી સર્વ આંખો ચોંટી રહી. એ પોતે તો સિગારના સળગતા ટોપકા પરથી મરેલી રાખને છંટકોરતો, ધીરે ધીરે જલતા છેડા પર જ તાકી રહ્યો હતો.

"સળગવું, રાખ થતાં જવું - લાઈફ ઈઝ એ સિગાર, માય ફ્રેન્ડઝ ! (જીવન એક બીડી જ છે, મારા મિત્રો !)" એવા મધુર બોલ એ લૂંટાયેલા પિતાના મોંને વધુ મધુર બનાવતા હતા, અને આત્માને તો તેથીયે વધુ મધુર."કમ ઍલોંગ માય બૉય્ઝ, પૅક અપ ! નો પૉઝીંગ, નો વેઈટીંગ, નો લક્ઝરી ઑફ મોનીંગ, વી સીમ્પલી કાન્ટ એફોર્ડ ઈટ. (ઊઠો બચ્ચાંઓ ! બચકાં બાંધો, રોકાવું, રાહ જોવી, કે રુદનનો વૈભવ માણવો, એ કશું જ આપણને પરવડે તેમ નથી.)"

એમ બોલીને એણે રાતના ત્રણ વાગ્યે સૌને ઢંઢોળી સાબદાં કર્યાં અને એણે પોતાની પુત્રીને કહ્યું, "આમ આવ તો ! જો હું તને એક તરકીબ કરી આપું." એમ બોલીને એણે પોતાની

પાસેનો એક કપડાનો ટુકડો લઈ પુત્રીની પીઠ પર એનું ખોયું કસકસી આપ્યું ને પછી તેની અંદર, હેમકુંવરબહેન પાસેથી નાની છોકરીને લઈને સુવાડી દીધી ને કહ્યું: "જો, આપણે બર્માના એક સુંદર સંભારણાને આ રીતે સાથે લઈ જઈ શકશું. બર્મી અને ચીની સ્ત્રીઓને આમ બાળકો તેડતી જોઈ છે ને ? અને હવે ? ક્યાં ગયો મારો બાબલો ? બાબલો ! ઓ યુ લિટલ ડેવિલ બાબલો ! કમ એલોંગ ! તને પણ વધુ કમ્ફર્ટેબલ સીટ કરી આપું." એમ કહીને એણે બાબલાને ખંધોલે લીધો, ને બાબલાને પગ ઠેરવવા પોતે ગળામાં એક રસી નાખી આડી લટકાવી દીધી.

ભારે હૈયે ચાલી નીકળેલા એ સંઘમાં સાહેબની આવી કંઈક રમૂજો-રોનકો દેખી દેખી ડૉ. નૌતમ રતુભાઈને કહેતા હતા કે, "અમારી વિદ્યામાં જે 'ટ્રાન્સફ્યુઝન ઑફ બ્લડ' અર્થાત્ એક શરીરમાંથી બીજા શરીરમાં રુધિરાન્તર કરવાનું છે, તે આંહીં જ થઈ રહ્યું છે. આપણા ભરપૂર બાલ-વાત્સલ્યને આ સાહેબ પોતાના દરિદ્ર બનેલા અંતઃકરણમાં રેડ્યે જાય છે."

બાકીના જે પાંચેક પડાવો થયા, તેમાં સાહેબ આખા પડાવનાં છોકરાંને એકઠાં કરી પોતે 55 વર્ષની વયના શરીરને વિસ્મયકારી સ્ફુર્તિથી સ્કીપિંગ-દોરી પર કુદાવતા, પછી પોતાની સામે એકાદ છોકરા-છોકરીને ઊભાં રાખી જોડલે સ્કીપિંગ કરતા. બિલાડી, કૂકડા, કૂતરા વગેરે પ્રાણીઓની તરેહવાર બોલીઓ કાઢીને એણે એવાં પ્રાણી વગરની એ પહાડસૃષ્ટિમાં ભરપૂર જનવસ્તીનો મધુર વિભ્રમ જગાવ્યો, અને પગદંડીની ઊંચી પહાડ-ટોચેથી છેક નીચે તળેટી સુધી ઊતરી ઊતરીને પાણી પણ એણે લાવી લાવી સૌને પિવરાવ્યું.

"આ કાંઈ ઉપકાર થોડો કરું છું !" એ કહેતા: "પ્રત્યેક ટીપું રૉબીને પહોંચશે.

"સાહેબનાં ટોળટીખળો જોતી જોતી ડોળીમાં પડેલી શારદુના મોં પર હાસ્ય ઊપસતું, ને એ ઊપસેલી ફિક્કી ચામડી પરથી આંસુનાં ઝરણાં ચાલતાં.

*

ઇમ્ફાલ ! - આખરે મણિપુર ઉર્ફે ઇમ્ફાલની મહેલાતો નજરે પડી, અને સાહેબ સૌથી પહેલો આનંદ-શોર કરી ઊઠ્યો: "લૅન્ડ, માય બૉય્ઝ, ધ પ્રોમીસ્ડ લૅન્ડ ! આખરે આપણી મનોરથસિદ્ધિનું સ્વર્ગધામ આવી પહોંચ્યું.

પણ એના હર્ષનાદને કાફલામાંથી એકેય જણ ઝીલી શકતું નહોતું. સૌને રૉબીની ખોટ સાલતી હતી. હેમકુંવરબહેન સૌથી વધુ વેદનાને સંઘરતાં હતાં. સાથેનાં કાજુ વગેરે મેવાનો ભાગ છેલ્લા પાંચ પડાવો વખતે એણે જ્યારે જ્યારે વહેંચ્યો હતો, ત્યારે દરેક વખતે બીજાં સૌને આપી રહ્યા પછી પણ ભૂલભૂલમાં એણે અક્કેક મૂઠી ભરી રાખી હતી. કોઈક હજુ રહી

ગયું છે એવો વિભ્રમ થતો, ને પછી પોતે મૂઠી ડબામાં પાછી ખંખેરી નાખી સ્વગત ઉદ્‍ગારો કાઢતી: 'હાય હાય રે મૂઈ, હૈયાફૂટી!'

પલેલના કૅમ્પમાંથી જ્યારે સાહેબે બાબલાને નીચે મૂકી વિદાય લીધી, ત્યારે હેમકુંવરથી ધ્રુસકે ધ્રુસકે રડી જવાયું. ડૉ. નૌતમે સખત ઠપકો દઈ એને માંડ ચૂપ કર્યાં. ચાલી નીકળેલાં બાપ-દીકરીની પાછળ બાબલો ચીસ પાડતો દોડ્યો. તેને સાહેબે ઘોઘર બિલાડાનો ધુરકાટભર્યો અવાજ કાઢીને જરા બિવરાવી પાછો વાળ્યો, અને દૂર દૂર સાહેબના શિર પરથી ઊંચકાઈને હવામાં વીંઝાતી હૅટ સૌને દેખાઈ.

*

હિંદમાં એક સ્ટેશને પેસેંજર ટ્રેન આવીને એક પાટા પર ઊભી હતી. બીજી એક ટ્રેન આવીને પછવાડેના પાટા પર થંભી. એ લશ્કરી ટ્રેન હતી. એના ડબાઓ ઉપર રેડ ક્રોસના બિલ્લા ચીતરેલા હતા. એમાં લશ્કરી દરદીઓ હતા.

આ લશ્કરી હૉસ્પિટલ-ટ્રેનના એક ડબામાં બે જણા બેઠા હતા. તેમનાં માથાં, છાતી, હાથ, ખંભા સફેદ પાટામાં લપેટાયેલ હતાં.

સામે ઊભેલ પેસેંજર ટ્રેનના ડબામાં આ બેઉની દૃષ્ટિ ચોંટી રહી. બંની આંખો વડે સામસામી ચેષ્ટા કરી. પછી તેમાંના એકે બારી બહાર ડોકાઈને જોઈ લીધું કે નીચે ઊભેલ સંત્રીનું ધ્યાન બીજી બાજુ હતું; એણે સામા ડબાના કોઈક પેસેંજર પ્રત્યે ધીરો અવાજ કર્યો:
"બાબુ!... બાબુલે!... ડૉક્ટર બાબુ ! લતુબાબુ!"

તાજેતરમાં જ પોતે ત્યજેલી પ્રેમભૂમિનો એ પરિચિત સૂર કાને પડતાં જ પેસેંજર ટ્રેનના બે હિંદી યુવાનોએ ચમકી ચોમેર જોયું. પલભર તો ભણકારા વાગ્યા: જાણે સોનાં-કાકી સ્વપ્નમાં બોલાવી રહી છે.

પછી તેમણે ફરી વાર શબ્દ સંભળાતાં સામેના ડબા તરફ નજર ઠેરવી, પાટાપિંડીમાં જકડાયેલા એ બે જણા એકદમ ઓળખાયા નહીં, એટલે એમાંના એકનો જમણો હાથ ઊંચો થયો.

પણ હાથ ટૂંકો હતો; હોય તેથી અરધો જ હતો. એને પંજાને બદલે ઠૂંઠી કોણી જ હતી. બૅન્ડેજ બાંધેલી એ કોણી ઊંચી થઈને એ માણસને કપાળે અડકી.

એ સલામ કરતો હતો. એ સલામ ભયંકર હતી. એકાએક એ દેખીને રતુભાઈના મોંમાંથી ચિચિયારી ઊઠી.

"માંઉ-માંઉ !

જવાબમાં સામા માણસે ડોકું હલાવ્યું, ને કહ્યું : "ઓળખ્યો ખરો !"

બીજા માણસે રતુભાઈ સામે પોતાનો હાથ નહીં, કોણી પણ નહિં, પણ જમણો પગ કપાળ સુધી ઊંચો કરી સલામ ભરી કહ્યું: "મને ઓળખ્યો ! હું માંઉ-પૂ !"

અને એણે પોતાના બેઉ ખભા ડૉ. નૌતમ તરફ રજુ કર્યા.

"અરરર !" ડૉક્ટરે ઉચ્ચાર્યું. આના તો બેઉ હાથ ખભેથી જ ગયા છે. નીમ્યાનો વર !

બેઉ ઠૂંઠાઓ હસતા જ બેઠા હતા. ઠૂંઠા હાથ ને ખભા વારંવાર દર્શાવીને કોઈક મોટી સિદ્ધિની જાણે વધાઈ ખાઈ રહ્યા હતા.

ડૉ. નૌતમને અને રતુભાઈને દૃશ્યે અબોલ, દિગ્મૂઢ બનાવ્યા. પોતાના અતિ નિકટના આ બેઉ બર્મી જુવાનોનાં છૂંદાયેલાં મોં ઓળખાતાં વાર થઈ, પણ ઓળખાયા પછી જે એકાદબે પલ વીતી તે દરમ્યાનની મનોવેદના અકથ્ય હતી. આંખે ઝળઝળિયાં આવ્યાં. રતુભાઈએ હાથની ઇશારતે પૂછ્યું, "આ શું ?"

"માંડલેનો કિલ્લો - જ્યાં તમારા લજપતરાય અને ટિળક પુરાયેલા - એને અમે ઉડાવ્યો. અમારા હાથ પણ ત્યાં હોમી આવ્યા."

સમજતાં ઘડીઓ વીતી. આ બેઉ માંડલેનો કિલ્લો ફૂંકવામાં ક્યાંથી ? જાપાનીઓને મળી ગયેલા ?

હાં હાં ! તખીન પાર્ટીનો આ જલતો તિખારો માંઉ-માંઉ બ્રહ્મદેશમાંથી ગાયબ બન્યો હતો. બનેવીને લઈને જાપાનીઓમાં જ જઈ ભળ્યો હોવો જોઈએ.

"નીમ્યાને..." માંઉ-પૂના મોંમાંથી આટલો બોલ પડ્યો ત્યાં તો કેદીઓની એ હૉસ્પિટલ-ટ્રેનનાં પૈડાં ફર્યાં. ઘડીકમાં તો એ ટ્રેનના છેલ્લા ડબાની પીઠ પરની લાલચોળ ત્રણ બત્તીઓ જ દેખાઈ ને અંધકારમાં ઓરાઈ ગઈ.

ભણેલોગણેલો જુવાન; આંખે-મોંએ માના જેવો ફૂટડો, ધડાબંધી અંગ્રેજી વાગ્ધારા રેલાવતો, વિચારવંત, કાળમાં ને કાળમાં કુંગી બનેલો, મા-હ્લાને ચાહનારો : છેલ્લે એને ખનાન-ટોનાં હુલ્લડ ચલવતો ને નારીના તેજ સામે પરાસ્ત બની પાછો વળેલો દીઠો'તો. પણ આ શું બોલી ગયો એ ? માંડલેના કિલ્લાનો ધ્વંસ ક્યાં ને આ ક્યાં ! રતુભાઈને નીમ્યાએ છેલ્લી વાત કહી જ નહોતી.

સોનાંકાકી સાંભરી આવ્યાં. છેલ્લે છેલ્લે એક સોનાંકાકી જ મળ્યા વગરનાં રહ્યાં હતાં. સોનાંકાકી - પિતાએ પોતાની જુવાનીમાં કોઈક દિન ચાહેલી એ પ્રૌઢા ! દરેક રીતે પૂરેપૂરી

માતાપદને પાત્ર એ ઢો-સ્વેનો તો આખો સમાગમ જ ડૉ. નૌતમના જીવનમાં ઝંકાર પાડી રહ્યો.

*

"આ બાબલો જોયો તમારો ?" હેમકુંવરબહેને મહેસાણા વળોટ્યા પછી ડૉ. નૌતમને નવા ખબર આપ્યા : "પાજી જ છે ના ! શારદુબહેનને કહે છે કે: શાદુ મામી!"

ભરાવા લાગેલા શારદુના ગાલ, જેના ઉપર કાબરચીતરી કેશલટો ઝૂલતી હતી, તે ગાલ કાનના મૂળ લગી રાતાચોળ થયા.

"ભલે કહેતો !" રતુભાઈએ પૂર્ણવિરામ મૂક્યું. શારદુ વધુ લાલ બની ગઈ.

વઢવાણ કૅમ્પ છોડીને ટ્રેન આગળ વધી. વાંકાનેર આવવાને વાર નહોતી. પણ રતુભાઈની નજર સામે બે જ દૃશ્યો રમતાં હતાં: એક કોણી સુધી કપાયેલા હાથની નીમ્યાના અકોએ કરેલી સલામ ને બીજું સલામ ઝીલવાના એકેય હાથ વગરની પોતાની પ્યારી અમા નીમ્યાના નાથ માંઉ-પૂની સ્થિતિ:

નીમ્યાને આ સ્થિતિનું દર્શન કદી જ ન કરાવજો, હે મારા નાથ !

****

Made in the USA
Coppell, TX
30 October 2019